ANG MALUNGKOT NA GALETTES AKLAT NG LUTUIN

100 Matamis At Malasang Rustic Recipe Para sa Bawat Okasyon

Miriam Santana

Copyright Material ©2024

Lahat ng Karapatan ay Nakalaan

Walang bahagi ng aklat na ito ang maaaring gamitin o ipadala sa anumang anyo o sa anumang paraan nang walang wastong nakasulat na pahintulot ng publisher at may-ari ng copyright, maliban sa mga maikling sipi na ginamit sa isang pagsusuri. Ang aklat na ito ay hindi dapat ituring na kapalit ng medikal, legal, o iba pang propesyonal na payo.

TALAAN NG MGA NILALAMAN

TALAAN NG NILALAMAN 3
PANIMULA 6
GALETTE PASTRY 8
    1. Pangunahing Galette Pastry Crust 9
    2. Whole Wheat Galette Pastry Crust 11
    3. Gluten-Free Galette Pastry Crust 13
    4. Cornmeal Galette Pastry Crust 15
    5. Olive Oil Galette Pastry Crust 17
    6. Rye Galette Pastry Crust 19
    7. Buckwheat Galette Pastry Crust 21
FRUIT GALETTES 23
    8. Honey Peach Galette 24
    9. Basil Berry Galette 26
    10. Saging at Biscoff s'Mores Galettes 28
    11. Mga Fresh Fig Galettes 31
    12. Caramelized Apple Galette 34
    13. Ginger Pear Galette 37
    14. Pear at Roquefort Galette 40
    15. Plum Galette 42
    16. Rustic Apple-Dried Cherry Galette na may Crème Fraîche 45
    17. Apple & Cream Cheese Galette na may Caramel at Almonds 49
    18. Mixed Berry at Earl Grey Galette 51
    19. Raspberry at Lemon Galette 54
    20. Blueberry at Lavender Galette 56
    21. Cherry at Almond Galette 58
    22. Blackberry at Mint Galette 61
VEGGIE GALETTES 63
    23. Butternut Squash at Apple Galette 64
    24. Red Pepper at Baked Egg Galettes 66
    25. Asparagus, Prosciutto, at Goat Cheese Galettes 69
    26. Talong at Tomato Galette 72
    27. Potato Leek Galettes 75
    28. Swiss Chard Galette na may Feta at Pine Nuts 77
    29. Mushroom and celery Root Galette with Mushroom Sauce 80
    30. Patatas at Mushroom Galette 84
    31. Sweet Potato Galette 87
    32. Tomato at Caramelized Onion Galette 90
    33. Corn Galette na may Zucchini, at Goat Cheese 93
    34. Cheesy Salami at Tomato Galette 96
    35. Tomato, Pesto, at Goat Cheese Galette 98

- 36. Spinach at Ricotta Galette 101
- 37. Broccoli at Cheddar Galette 103
- 38. Zucchini at Ricotta Galette na may Basil Pesto 105
- 39. Caramelized Onion at Spinach Galette 107

NUTTY GALETTES 109
- 40. Mga Raspberry at Hazelnut Galette na may Raspberry Coulis 110
- 41. Mango Nutty Nutella Pie Galette 112
- 42. Nectarine at Plum Pistachio Galette 114
- 43. Raspberry & Liquorice Jam at Hazelnut Galette 117
- 44. Almond at Savory Cheese Galette 120
- 45. Peach at Blackberry Galette na may Almonds 123
- 46. Cranberry Walnut Galette 126
- 47. Chocolate Pecan Galette 128
- 48. Glazed Peach Galette na May Cashew Cream 130
- 49. Rhubarb Rose at Strawberry Pistachio Galettes 133
- 50. Apple at Hazelnut Galette 138

HERB GALETTES 141
- 51. Golden Tomato at Basil Galette 142
- 52. Thyme-Scented Apple Galette 145
- 53. Courgette, Tarragon at Thyme Galette 148
- 54. Rosemary Apple Galette 151
- 55. Pear Sage Galette 153
- 56. Pea, Ricotta at Dill Galette 156
- 57. Asparagus at Chive Galette 159
- 58. Tomato, Cheese at Oregano Galette 162
- 59. Herby Carrot at Cream Cheese Galette 164
- 60. Blackberry Mint Galette 167
- 61. Lemon Thyme at Blueberry Galette 170
- 62. Basil at Cherry Tomato Galette 173
- 63. Cilantro Lime Corn Galette 175
- 64. Sage at Butternut Squash Galette 177
- 65. Minted Pea at Feta Galette 179
- 66. Lemon Rosemary Potato Galette 181
- 67. Caramelized Shallot at Thyme Galette 183
- 68. Brie at Sage Galette na may Caramelized Onion 185

SPICY GALETTES 187
- 69. Chai Spiced Apple Galette 188
- 70. Five Spice Peach Galette 191
- 71. Tomato at Jalapeno Galette 194
- 72. Winter Fruit at Gingerbread Galette 196
- 73. Cardamom-Spiced Apricot Almond Galette 200
- 74. Chipotle Sweet Potato at Black Bean Galette 204

CHOCOLATE GALETTES 206

75. Nutella Chocolate Galette 207
76. Chocolate and Raspberry Galette 209
77. Salted Caramel Chocolate Galette 211
78. Chocolate and Banana Galette 213
79. White Chocolate Raspberry Galette 215
80. Chocolate Cherry Galette 217
81. Peanut Butter Cup S'mores Galette 219
82. Dark Chocolate at Orange Galette 222
83. Coconut Chocolate Galette 224

MEATY GALETTES **226**
84. Sausage Galette 227
85. Chicken and Mushroom Galette 230
86. Beef at Caramelized Onion Galette 232
87. Ham at Keso Galette 234
88. Turkey at Cranberry Galette 237
89. Kordero at Feta Galette 239
90. Hinila na Baboy at Coleslaw Galette 241
91. Bacon, Egg, at Cheese Galette 243
92. Patatas, Sausage at Rosemary Galette 245
93. Roasted Tomato Galette Two Ways 248

VEGGIE GALETTES **253**
94. Ratatouille Galette 254
95. Curry Vegetable Galette 256
96. Caprese Galette 258
97. Mushroom and Gruyere Galette 260
98. Spinach at Feta Galette 262
99. Inihaw na Gulay Galette 264
100. Zucchini at Tomato Galette 266

KONKLUSYON **269**

PANIMULA

Maligayang pagdating sa "ANG MALUNGKOT NA GALETTES AKLAT NG LUTUIN: 100 Matamis At Malasang Rustic Recipe Para sa Bawat Okasyon!" Ang Galettes ay ang ehemplo ng rustic charm at culinary delight, na nag-aalok ng versatile canvas para sa matamis at malasang mga likha. Nagmula sa France, nakuha ng mga galette ang mga puso at panlasa ng mga mahilig sa pagkain sa buong mundo sa kanilang pagiging simple, elegante, at masarap. Sa cookbook na ito, nagsimula kami sa isang gastronomic na paglalakbay sa pamamagitan ng isang na-curate na koleksyon ng 100 hindi mapaglabanan na mga recipe ng galette na magpapalaki sa iyong cooking repertoire at magpapasaya sa iyong pakiramdam.

Ang Galettes , kasama ang kanilang likas na malayang anyo, ay naglalaman ng esensya ng kabutihang gawang bahay. Sila ay mapagpakumbaba ngunit sopistikado, ginagawa silang perpekto para sa mga kaswal na pagtitipon, hapunan ng pamilya, o mga espesyal na okasyon. Isa ka man sa batikang panadero o baguhan na magluto, makakahanap ka ng isang bagay na magugustuhan sa mga pahinang ito. Mula sa mga klasikong galette na puno ng prutas na puno ng mga pana-panahong lasa hanggang sa mga masasarap na likha na nagtatampok ng halo-halong mga keso, gulay, at herb, mayroong galette para sa bawat panlasa at bawat okasyon.

Ang bawat recipe sa cookbook na ito ay maingat na ginawa upang matiyak ang kadalian ng paghahanda nang hindi nakompromiso ang lasa o presentasyon. Sa mga detalyadong tagubilin, kapaki-pakinabang na mga tip, at nakamamanghang pagkuha ng litrato, magkakaroon ka ng kumpiyansa sa muling paggawa ng mga culinary masterpiece na ito sa iyong sariling kusina. Gusto mo man ng nakakaaliw na dessert o ng masarap na sarap, makakahanap ka ng inspirasyon at kasiyahan sa mga page na ito.

Kaya, roll up ang iyong mga manggas, dust off ang iyong rolling pin, at maghanda upang simulan ang isang masarap na pakikipagsapalaran na may galettes bilang iyong gabay. Nagluluto ka man para sa iyong sarili, sa iyong pamilya, o sa isang pagtitipon ng mga kaibigan, nangangako ang "ANG MALUNGKOT NA GALETTES AKLAT NG LUTUIN" na magpapasaya sa iyong panlasa at mag-iiwan sa iyo ng higit na pananabik. Ipagdiwang natin ang kagalakan ng lutong bahay na pagbebake at ang walang hanggang pag-akit ng rustic cuisine sa bawat masarap na kagat.

GALETTE PASTRY

1. Pangunahing Galette Pastry Crust

MGA INGREDIENTS:
- 1 1/4 tasa ng all-purpose na harina
- 1/2 kutsarita ng asin
- 1/2 tasa (1 stick) malamig na unsalted butter, gupitin sa maliliit na piraso
- 1/4 tasa ng tubig na yelo

MGA TAGUBILIN:
a) Sa isang malaking mangkok, haluin ang harina at asin.
b) Idagdag ang mga piraso ng malamig na mantikilya sa pinaghalong harina at gumamit ng pastry cutter o ang iyong mga daliri upang ilagay ang mantikilya sa harina hanggang ang timpla ay maging katulad ng mga magaspang na mumo.
c) Dahan-dahang idagdag ang tubig ng yelo, 1 kutsara nang paisa-isa, ihalo sa isang tinidor hanggang sa magsimulang magsama-sama ang masa.
d) Ipunin ang kuwarta sa isang bola, patagin sa isang disk, balutin sa plastic wrap, at palamigin nang hindi bababa sa 30 minuto bago gamitin.

2. Whole Wheat Galette Pastry Crust

MGA INGREDIENTS:
- 1 tasang buong harina ng trigo
- 1/2 tasa ng all-purpose na harina
- 1/2 kutsarita ng asin
- 1/2 tasa (1 stick) malamig na unsalted butter, gupitin sa maliliit na piraso
- 1/4 tasa ng tubig na yelo

MGA TAGUBILIN:
a) Sa isang malaking mangkok, haluin ang buong harina ng trigo, all-purpose na harina, at asin.
b) Idagdag ang mga piraso ng malamig na mantikilya sa pinaghalong harina at gumamit ng pastry cutter o ang iyong mga daliri upang ilagay ang mantikilya sa harina hanggang ang timpla ay maging katulad ng mga magaspang na mumo.
c) Dahan-dahang idagdag ang tubig ng yelo, 1 kutsara nang paisa-isa, ihalo sa isang tinidor hanggang sa magsimulang magsama-sama ang masa.
d) Ipunin ang kuwarta sa isang bola, patagin sa isang disk, balutin sa plastic wrap, at palamigin nang hindi bababa sa 30 minuto bago gamitin.

3. Gluten-Free Galette Pastry Crust

MGA INGREDIENTS:
- 1 tasang gluten-free all-purpose flour
- 1/4 tasa ng almond flour
- 1/2 kutsarita ng asin
- 1/2 tasa (1 stick) malamig na unsalted butter, gupitin sa maliliit na piraso
- 1/4 tasa ng tubig na yelo

MGA TAGUBILIN:

a) Sa isang malaking mangkok, haluin ang gluten-free all-purpose flour, almond flour, at asin.

b) Idagdag ang mga piraso ng malamig na mantikilya sa pinaghalong harina at gumamit ng pastry cutter o ang iyong mga daliri upang ilagay ang mantikilya sa harina hanggang ang timpla ay maging katulad ng mga magaspang na mumo.

c) Dahan-dahang idagdag ang tubig ng yelo, 1 kutsara nang paisa-isa, ihalo sa isang tinidor hanggang sa magsimulang magsama-sama ang masa.

d) Ipunin ang kuwarta sa isang bola, patagin sa isang disk, balutin sa plastic wrap, at palamigin nang hindi bababa sa 30 minuto bago gamitin.

4. Cornmeal Galette Pastry Crust

MGA INGREDIENTS:
- 1 tasang all-purpose na harina
- 1/4 tasa ng cornmeal
- 1/2 kutsarita ng asin
- 1/2 tasa (1 stick) malamig na unsalted butter, gupitin sa maliliit na piraso
- 1/4 tasa ng tubig na yelo

MGA TAGUBILIN:
a) Sa isang malaking mangkok, haluin ang all-purpose na harina, cornmeal, at asin.
b) Idagdag ang mga piraso ng malamig na mantikilya sa pinaghalong harina at gumamit ng pastry cutter o ang iyong mga daliri upang ilagay ang mantikilya sa harina hanggang ang timpla ay maging katulad ng mga magaspang na mumo.
c) Dahan-dahang idagdag ang tubig ng yelo, 1 kutsara nang paisa-isa, ihalo sa isang tinidor hanggang sa magsimulang magsama-sama ang masa.
d) Ipunin ang kuwarta sa isang bola, patagin sa isang disk, balutin sa plastic wrap, at palamigin nang hindi bababa sa 30 minuto bago gamitin.

5. Olive Oil Galette Pastry Crust

MGA INGREDIENTS:
- 1 1/4 tasa ng all-purpose na harina
- 1/2 kutsarita ng asin
- 1/4 tasa ng langis ng oliba
- 1/4 tasa ng tubig na yelo

MGA TAGUBILIN:
a) Sa isang malaking mangkok, haluin ang harina at asin.
b) Ibuhos ang langis ng oliba sa pinaghalong harina at gumamit ng isang tinidor upang isama hanggang ang timpla ay maging katulad ng mga magaspang na mumo.
c) Dahan-dahang idagdag ang tubig ng yelo, 1 kutsara nang paisa-isa, ihalo sa isang tinidor hanggang sa magsimulang magsama-sama ang masa.
d) Ipunin ang kuwarta sa isang bola, patagin sa isang disk, balutin sa plastic wrap, at palamigin nang hindi bababa sa 30 minuto bago gamitin.

6. Rye Galette Pastry Crust

MGA INGREDIENTS:
- 1 tasa ng harina ng rye
- 1/2 tasa ng all-purpose na harina
- 1/2 kutsarita ng asin
- 1/2 tasa (1 stick) malamig na unsalted butter, gupitin sa maliliit na piraso
- 1/4 tasa ng tubig na yelo

MGA TAGUBILIN:
a) Sa isang malaking mangkok, haluin ang rye flour, all-purpose flour, at asin.
b) Idagdag ang mga piraso ng malamig na mantikilya sa pinaghalong harina at gumamit ng pastry cutter o ang iyong mga daliri upang ilagay ang mantikilya sa harina hanggang ang timpla ay maging katulad ng mga magaspang na mumo.
c) Dahan-dahang idagdag ang tubig ng yelo, 1 kutsara nang paisa-isa, ihalo sa isang tinidor hanggang sa magsimulang magsama-sama ang masa.
d) Ipunin ang kuwarta sa isang bola, patagin sa isang disk, balutin sa plastic wrap, at palamigin nang hindi bababa sa 30 minuto bago gamitin.

7. Buckwheat Galette Pastry Crust

MGA INGREDIENTS:
- 1 tasang bakwit na harina
- 1/2 tasa ng all-purpose na harina
- 1/2 kutsarita ng asin
- 1/2 tasa (1 stick) malamig na unsalted butter, gupitin sa maliliit na piraso
- 1/4 tasa ng tubig na yelo

MGA TAGUBILIN:
a) Sa isang malaking mangkok, haluin ang buckwheat flour, all-purpose flour, at asin.
b) Idagdag ang mga piraso ng malamig na mantikilya sa pinaghalong harina at gumamit ng pastry cutter o ang iyong mga daliri upang ilagay ang mantikilya sa harina hanggang ang timpla ay maging katulad ng mga magaspang na mumo.
c) Dahan-dahang idagdag ang tubig ng yelo, 1 kutsara nang paisa-isa, ihalo sa isang tinidor hanggang sa magsimulang magsama-sama ang masa.
d) Ipunin ang kuwarta sa isang bola, patagin sa isang disk, balutin sa plastic wrap, at palamigin nang hindi bababa sa 30 minuto bago gamitin.

FRUIT GALETTES

8. Honey Peach Galette

MGA INGREDIENTS:
- 4-5 hinog na mga milokoton, hiniwa
- 2 kutsarang pulot
- 1 kutsarang gawgaw
- 1 kutsarita vanilla extract
- ¼ kutsarita ng giniling na kanela
- 1 pinalamig na pie crust (o gawang bahay)

MGA TAGUBILIN:
a) Painitin muna ang iyong oven sa 375°F (190°C).
b) Sa isang mangkok, pagsamahin ang hiniwang peach, honey, cornstarch , vanilla extract, at ground cinnamon. Ihagis hanggang ang mga peach ay pantay na pinahiran .
c) Pagulungin ang pie crust at ilagay ito sa isang baking sheet.
d) Ayusin ang mga hiwa ng peach sa gitna ng crust, na nag-iiwan ng hangganan sa paligid ng mga gilid.
e) Tiklupin ang mga gilid ng crust sa ibabaw ng mga peach, na lumilikha ng rustic galette na hugis.
f) Maghurno ng 30-35 minuto o hanggang sa maging golden brown ang crust at malambot na ang mga peach.
g) lumamig nang bahagya ang galette bago ihain. Opsyonal, ibuhos ang karagdagang pulot bago ihain.

9. Basil Berry Galette

MGA INGREDIENTS:
- 1 pre-made na pie crust
- 2 tasang halo-halong berries (strawberries, blueberries, raspberries)
- ¼ tasa ng butil na asukal
- 1 kutsarang sariwang basil, tinadtad
- 1 kutsarang gawgaw
- 1 kutsarang lemon juice
- 1 itlog (pinalo, para panghugas ng itlog)
- 1 kutsarang turbinado sugar (para sa pagwiwisik)

MGA TAGUBILIN:
a) Painitin muna ang oven sa 375°F (190°C) at lagyan ng parchment paper ang isang baking sheet.
b) Sa isang mangkok, paghaluin ang pinaghalong berries, granulated sugar, tinadtad na basil, cornstarch, at lemon juice.
c) Igulong ang pie crust sa inihandang baking sheet.
d) Kutsara ang pinaghalong berry papunta sa gitna ng crust, na nag-iiwan ng hangganan sa paligid ng mga gilid.
e) Tiklupin ang mga gilid ng crust sa ibabaw ng mga berry, na lumilikha ng rustic galette na hugis.
f) I-brush ang mga gilid ng crust gamit ang pinalo na itlog at budburan ng turbinado sugar.
g) Maghurno ng 25-30 minuto o hanggang ang crust ay maging ginintuang at ang mga berry ay bubbly.

10. Saging at Biscoff s'Mores Galettes

MGA INGREDIENTS:
PARA SA GALETTE DOUGH:
- 1 ¼ tasa ng all-purpose na harina
- 1 kutsarang butil na asukal
- ¼ kutsarita ng asin
- ½ tasang unsalted butter, malamig at gupitin sa maliliit na cubes
- 3-4 na kutsarang tubig ng yelo

PARA SA PAGPUPUNO:
- 2 hinog na saging, hiniwa
- ½ tasang Biscoff spread (o Speculoos spread)
- ½ tasa ng mini marshmallow
- 1 kutsarang butil na asukal, para sa pagwiwisik

PARA SA PAGLILINGKOD:
- Whipped cream o vanilla ice cream (opsyonal)

MGA TAGUBILIN:
a) Sa isang mixing bowl, haluin ang harina, asukal, at asin para sa galette dough. Idagdag ang malamig na cubed butter at gamitin ang iyong mga daliri o isang pastry cutter upang gupitin ang mantikilya sa pinaghalong harina hanggang sa ito ay maging katulad ng mga magaspang na mumo.

b) Dahan-dahang idagdag ang tubig ng yelo, 1 kutsara sa isang pagkakataon, at haluin hanggang sa mabuo ang masa. Buuin ang kuwarta sa isang disc, balutin ito sa plastic wrap, at palamigin nang hindi bababa sa 30 minuto.

c) Painitin muna ang iyong oven sa 375°F (190°C). Iguhit ang isang baking sheet na may parchment paper.

d) Sa ibabaw ng bahagyang floured, igulong ang pinalamig na galette dough sa isang magaspang na bilog, mga ⅛ pulgada ang kapal. Ilipat ang rolled-out dough sa inihandang baking sheet.

e) Ikalat ang kumalat na Biscoff sa gitna ng galette dough, na nag-iiwan ng hangganan sa paligid ng mga gilid. Ayusin ang hiniwang saging sa ibabaw ng Biscoff spread.

f) Iwiwisik ang mga mini marshmallow nang pantay-pantay sa ibabaw ng saging. Tiklupin ang mga gilid ng galette dough papasok, dahan-dahang nagpapatong sa pagpuno.

g) Iwiwisik ang granulated sugar sa mga nakatiklop na gilid ng galette dough.

h) Maghurno sa preheated oven para sa mga 20-25 minuto, o hanggang ang galette ay ginintuang kayumanggi at ang laman ay bubbly.

i) Alisin ang galette mula sa oven at hayaan itong lumamig ng ilang minuto bago ihain.

j) Ihain ang mainit-init na galette bilang ay o may isang maliit na piraso ng whipped cream o isang scoop ng vanilla ice cream para sa karagdagang indulhensiya.

11. Sariwang Fig Galettes

MGA INGREDIENTS:
PARA SA DOUGH:
- ¾ kutsarita ng asin
- ½ tasa (1 stick) unsalted butter, pinalamig, gupitin sa maliliit na piraso
- 7 tablespoons solid vegetable shortening, pinalamig, sa maliliit na piraso
- Mga ¼ tasa ng tubig na yelo

PARA SA PAGPUPUNO:
- 1½ libra sariwang igos
- 6 na kutsarang asukal
- Egg wash (1 egg yolk whisked with 2 teaspoons heavy cream)
- Asukal para sa galette rims

MGA TAGUBILIN:
PAGHAHANDA NG DOUGH:
a) Sa isang food processor, pagsamahin ang harina at asin. Pulse tatlo o apat na beses upang timpla.
b) Magdagdag ng mga piraso ng mantikilya at pulso ng ilang beses, hanggang sa ang taba ay pantay na ibinahagi at pinahiran ng harina.
c) Magdagdag ng mga shortening piraso at pulso ng ilang beses, hanggang sa ang taba ay pinahiran ng harina. Dapat ay mayroon pa ring mga piraso ng taba na pinahiran ng harina na halos kasing laki ng malalaking gisantes.
d) Ilipat ang halo sa isang malaking mangkok. Ibuhos ang tubig ng yelo habang hinahagis gamit ang isang tinidor hanggang sa magsimula itong magsama-sama sa mga kumpol, pagkatapos ay tipunin ang masa gamit ang iyong mga kamay.
e) Hawakan ang kuwarta nang kaunti hangga't maaari, pagkatapos ay balutin ito sa plastic wrap at palamigin hanggang sa lumamig, hindi bababa sa 2 oras.

GALETTE ASSEMBLY:
f) Painitin muna ang oven sa 425 degrees.
g) Upang gawin ang pagpuno, quarter fig sa dulo ng tangkay o, kung malaki, gupitin ang mga ito sa ikaanim. Itabi sa isang mangkok.

h) Bago ka handa na i-assemble ang mga galette, iwisik ang mga igos ng 6 na kutsarang asukal at malumanay na ihagis.
i) Hatiin ang kuwarta sa 6 pantay na piraso. Paggawa gamit ang isang piraso sa isang pagkakataon, igulong ang kuwarta sa isang bahagyang floured board sa isang bilog na humigit-kumulang ⅛ pulgada ang kapal.
j) Gumamit ng nakabaligtad na plato o isang template ng karton upang masubaybayan ang isang maayos na 7-pulgadang bilog. Ilipat ang bilog sa isang mabigat na baking sheet.
k) Ayusin ang isang-anim na bahagi ng mga igos nang kaakit-akit sa gitna, na nag-iiwan ng 1½-pulgada na gilid sa buong paligid.
l) Tiklupin ang gilid upang lumikha ng isang hangganan, siguraduhing walang mga bitak sa kuwarta o ang mga katas ng prutas ay tumutulo sa panahon ng pagluluto. Patch, kung kinakailangan, na may mga piraso ng trimmed dough bahagyang moistened sa malamig na tubig.
m) I-brush ang border na may kaunting egg wash, pagkatapos ay iwiwisik ang hangganan ng mapagbigay na may asukal.
n) Ulitin sa natitirang kuwarta upang makagawa ng 6 galettes. Marahil ay kakasya mo lamang ang kalahati ng mga ito sa baking sheet sa isang pagkakataon.
o) Magtipon at maghurno 3 galettes sa isang pagkakataon sa halip na maghurno ng 2 sheet nang sabay-sabay.
p) Maghurno hanggang ang crust ay maging ginintuang at ang prutas ay bubbly, 22 hanggang 25 minuto.
q) Ilipat sa isang rack at palamig ng kaunti bago ihain.

12. Caramelized Apple Galette

MGA INGREDIENTS:
- 1 Recipe Quick Puff Pastry
- 1 Northern Spy o iba pang firm-baking apple
- ¼ tasa ng asukal
- 2 kutsarang unsalted butter
- 1 kutsarang Calvados (French apple brandy)

MGA TAGUBILIN:
a) Sa ibabaw ng trabahong may bahagyang floured, igulong ang ikawalong recipe ng Quick Puff Pastry dough sa humigit-kumulang ⅛ pulgada ang kapal.
b) Gamit ang isang matalim na kutsilyo, gupitin ang kuwarta sa isang bilog na mga 7½ pulgada ang lapad. Ilipat sa isang baking sheet na nilagyan ng parchment at ilagay ito sa refrigerator upang palamigin ng mga 15 minuto.
c) Painitin muna ang oven sa 425°F. Ilagay ang pinalamig na pastry dough sa isang mabigat na cast-iron skillet na may sukat na 6½ pulgada ang lapad sa ibaba.
d) Balatan, ubusin, at hiwain ang mansanas sa kalahating pahaba.
e) Gamit ang isang mandoline o isang napakatalim na kutsilyo, hiwain ang kalahati ng mansanas nang lapad sa dalawampu't limang ⅛-pulgada na hiwa.
f) Ayusin ang mga hiwa ng mansanas sa isang maayos na fanned pattern, magkakapatong sa kanila at panatilihin ang mga ito ½ pulgada mula sa gilid ng pastry dough. Punan ang gitna ng mas maliliit o sirang hiwa ng mansanas habang ginagawa mo ang pinaypay na bilog.
g) Budburan ang dalawang kutsara ng asukal sa mga mansanas at lagyan ng tuldok ng 1 kutsarang mantikilya, gupitin sa napakaliit na piraso.
h) Ilagay ang kawali sa oven at maghurno hanggang sa pumutok ang pastry sa mga gilid ng kawali at maging ginintuang kayumanggi, mga 30 minuto.
i) Alisin ang kawali mula sa oven. Gamit ang isang spatula, alisin ang tart mula sa kawali at ilipat ito sa isang plato. Itabi.

j) Idagdag ang natitirang kutsara ng mantikilya sa kawali at ilagay ito sa katamtamang init. Idagdag ang natitirang 2 tablespoons ng asukal at lutuin hanggang matunaw ang asukal at bumuo ng isang light caramel, mga 5 minuto.

k) Sukatin ang Calvados sa isang baso, pagkatapos ay ibuhos ito sa karamelo. Lutuin ang alkohol, para sa mga 2 hanggang 3 minuto.

l) Ibalik ang tart sa kawali, apple side down, at lutuin ng 4 hanggang 5 minuto hanggang sa mabula ang caramel sa ibabaw ng tart at magmukhang medyo makapal.

m) Alisin ang kawali mula sa apoy at maingat na baligtarin ang tart sa isang plato na sapat ang laki upang mahuli ang mainit na karamelo habang tumutulo ito mula sa kawali.

13. Ginger Pear Galette

MGA INGREDIENTS:
PARA SA MGA PINAS NA PERAS:
- 6 malalaking peras
- 6 tasang Pinot Noir
- 1 tasang asukal
- 1 stick ng kanela
- 1 kutsarang tinadtad na luya
- Sarap ng 1 orange

PARA SA DOUGH:
- 2⅓ tasa ng harina
- ½ tasa ng pagpapaikli
- ½ tasang unsalted butter
- 1 kutsarita ng asin
- 2 kutsaritang tinadtad na minatamis na luya
- 6 hanggang 8 kutsarang malamig na tubig

PARA MAGTITIPON:
- 4 na kutsarang tinunaw na unsalted butter
- ½ tasang asukal
- 1 pint magandang kalidad ng vanilla ice cream

MGA TAGUBILIN:
PARA SA MGA PINAS NA PERAS:
a) Balatan ang mga peras at gupitin sa kalahati; itabi.
b) Sa isang malaking kasirola, painitin ang alak, asukal, kanela, luya, at orange zest, at pakuluan.
c) Magdagdag ng mga peras at lutuin sa medium-high heat hanggang lumambot ang tinidor. Kung mayroon kang oras, hayaang lumamig ang mga peras sa likido; kung hindi, hayaang lumamig nang sapat ang mga peras upang mahawakan, pagkatapos ay gupitin sa mga hiwa na humigit-kumulang ¼ pulgada ang kapal at itabi.

PARA SA DOUGH:
d) Ilagay ang harina, shortening, mantikilya, asin, at luya sa isang medium-sized na mangkok.
e) Gamit ang iyong mga daliri, ihalo ang mantikilya at paikliin hanggang ang timpla ay maging katulad ng isang magaspang na pagkain.

f) Lagyan ng sapat na tubig para mabasa ang kuwarta at ihalo sa isang tinidor hanggang sa magsama-sama ang masa.
g) Hayaang magpahinga ang kuwarta sa loob ng 20 hanggang 30 minuto.
h) Igulong ang kuwarta sa isang well-floured na tabla sa halos ¼ pulgada ang kapal. Gupitin ang 6 na 4 hanggang 5-pulgadang bilog at ilagay ang mga ito sa isang greased sheet pan.
i) I-brush ang bawat isa sa mga bilog nang buong-buo ng tinunaw na mantikilya, pagkatapos ay budburan ng asukal.
j) Ayusin ang piniritong hiwa ng peras sa pabilog na paraan sa bawat bilog. I-brush muli ang bawat isa ng mantikilya at budburan ng asukal.
k) Ilagay sa isang 375-degree na hurno at lutuin hanggang ang crust ay maging golden brown, mga 30 hanggang 40 minuto.
l) Alisin mula sa oven at hayaang lumamig ng mga 10 minuto. Alisin sa kawali at ilagay sa mga dessert plate.
m) Itaas ang bawat galette ng isang scoop ng vanilla ice cream at ihain nang mainit.

14. Pear at Roquefort Galette

MGA INGREDIENTS:
- 1 (145g) pack ng pizza base mix
- 1 pulang sibuyas, hiniwa ng manipis
- 1 malaking hinog na peras, hinubad at hiniwa ng manipis
- 100 gramo ng Roquefort cheese, gumuho
- Itim na paminta, sa panlasa

MGA TAGUBILIN:
a) Painitin muna ang oven sa 220°C/425°F/gas 7.
b) Gawin ang base ng pizza ayon sa itinuro sa pakete. Hatiin ito sa 2 bahagi at igulong ang bawat kalahati sa isang bilog.
c) Itaas ang bawat bilog na may manipis na hiniwang peras at pulang sibuyas.
d) Durog na Roquefort cheese sa ibabaw ng peras at sibuyas sa bawat bilog.
e) Maghurno sa preheated oven nang humigit-kumulang 15 minuto o hanggang sa ginintuang kayumanggi at kumukulo na mainit.
f) Gilingin ang itim na paminta sa ibabaw, at ihain kaagad kasama ng malutong na berdeng salad.

15.Plum Galette

MGA INGREDIENTS:
PARA SA CRUST:
- 1 ¼ tasa (160 g) all-purpose na harina
- 1 kutsarita ng asukal
- ½ kutsarita ng asin
- ¼ sticks (137g) unsalted butter, gupitin sa mga cube
- ¼ tasa (57ml) kulay-gatas
- 1 itlog, pinalo, para sa paghugas ng itlog (opsyonal)
- 1 kutsarita cream para sa paghugas ng itlog (opsyonal)
- Magaspang na asukal para sa pagwiwisik (opsyonal)

PAGPUPUNO:
- 6 hanggang 8 tart plum at/o pluots, pitted at hiniwa (mga 570g)
- ⅓ tasa (70g) ng asukal
- ⅛ kutsarita ng kanela
- 1 kutsarita ng lemon juice
- 1 kutsarita orange zest (o lemon zest)
- 1 kutsarita ng quick tapioca, o 1 kutsarang harina (para sa pampalapot)

MGA TAGUBILIN:
GAWIN ANG DOUGH PARA SA GALETTE:
a) Pagsamahin ang harina, asukal, at asin sa isang malaking mangkok.
b) Idagdag ang cubed butter sa masa at gamitin ang iyong mga kamay o isang pastry blender upang ilagay ang mantikilya sa kuwarta hanggang sa ang timpla ay kahawig ng mga mumo, na may mga piraso ng mantikilya na hindi hihigit sa isang gisantes.
c) Idagdag ang kulay-gatas at ihalo sa isang tinidor. Ipunin ang kuwarta sa isang bola, patagin ito sa isang disk, balutin ito ng plastic wrap, at palamigin nang hindi bababa sa isang oras bago ito igulong.

PAGPUPUNO:
d) Sa isang medium-sized na mangkok, dahan-dahang ihagis ang mga hiwa ng plum na may asukal, kanela, lemon juice, zest, at instant tapioca (o harina).
e) Lagyan ng parchment paper o silicone mat ang isang baking sheet, o bahagyang mantikilya ang baking sheet.

f) Bahagyang harina ang isang malinis na ibabaw at igulong ang pie dough sa 13-pulgadang bilog na pantay ang kapal.
g) Ilagay ang rolled-out na pie dough sa gitna ng may linya o buttered baking sheet.
h) Ayusin ang mga hiwa ng plum sa isang pabilog na pattern, simula sa 1 ½ hanggang 2 pulgada mula sa labas na gilid ng kuwarta, na papunta sa gitna.
i) Tiklupin ang mga gilid ng pie crust nang paitaas upang makita ang bilog ng pagpuno.
j) Kung gusto mo ng kaakit-akit na pagtatapos para sa crust, haluin ang itlog at cream sa isang maliit na mangkok.
k) I-brush ang nakalantad na pastry crust gamit ang pastry brush.
l) Budburan ng ilang magaspang na asukal.

MAGBAKE:
m) Ilagay sa gitnang rack ng oven. Maghurno sa 375°F (190°C) sa loob ng 40-50 minuto, hanggang ang crust ay bahagyang browned at ang laman ay bubbly.
n) Palamigin sa isang rack ng isang oras bago ihain.

16. Rustic Apple-Dried Cherry Galette na may Crème Fraîche

MGA INGREDIENTS:
CRUST:
- 1½ tasang all-purpose na harina
- ½ kutsarita ng asin
- ½ tasang unsalted butter (1 stick), gupitin sa ½ pulgadang piraso, pinalamig
- 4 na kutsarang tubig ng yelo (mga)

PAGPUPUNO:
- 1 kutsarang unsalted butter
- 1½ pounds maasim berdeng mansanas, binalatan, tinadtad, gupitin sa 8 wedges
- 4 na kutsarang asukal
- ¼ tasa ng pinatuyong tart cherries (mga 2 onsa)
- 2¾ kutsarita ng giniling na kanela

CARAMEL SAUCE:
- 1 tasang crème fraîche o kulay-gatas
- 1½ tasang asukal
- ½ tasang tubig
- 3 kutsarang unsalted butter
- 1 tasang whipping cream

MGA TAGUBILIN:
PARA SA CRUST:
a) Sa isang food processor, paghaluin ang harina at asin. Magdagdag ng pinalamig na mantikilya at iproseso hanggang ang timpla ay maging katulad ng isang magaspang na pagkain.
b) Magdagdag ng 3 kutsarang tubig ng yelo at iproseso hanggang sa mabuo ang mga basa-basa na kumpol, magdagdag ng mas maraming tubig sa pamamagitan ng kutsarita kung tuyo na ang kuwarta.
c) Ipunin ang kuwarta sa isang bola, patagin ito sa isang disk, balutin ito ng plastik, at palamigin ng 30 minuto.

PARA SA PAGPUPUNO:
d) Matunaw ang mantikilya sa isang malaking nonstick skillet sa katamtamang init.

e) Magdagdag ng mga mansanas sa kawali at magwiwisik ng 3 kutsara ng asukal sa ibabaw nito.
f) Igisa hanggang ang mga mansanas ay maging ginintuang at magsimulang lumambot, mga 8 minuto.
g) Magdagdag ng pinatuyong seresa at kanela, pukawin ng 30 segundo, pagkatapos ay alisin mula sa init at hayaan itong ganap na lumamig.

PARA SA GALETTE:
h) Painitin muna ang oven sa 350°F.
i) Igulong ang kuwarta sa ibabaw na may harina hanggang sa 12 pulgadang bilog.
j) Ilipat ang kuwarta sa isang rimless baking sheet, gamit ang 9-inch diameter tart pan bottom bilang tulong.
k) Ayusin ang pinaghalong mansanas sa ibabaw ng kuwarta, na nag-iiwan ng 3-pulgadang hangganan. Tiklupin ang gilid ng kuwarta sa ibabaw ng pinaghalong mansanas, kurutin upang mai-seal ang anumang mga bitak sa kuwarta.
l) Iwiwisik ang natitirang 1 kutsara ng asukal sa pinaghalong mansanas at gilid ng kuwarta.
m) Ihurno ang galette sa loob ng 15 minuto. Taasan ang temperatura ng oven sa 375°F at ipagpatuloy ang pagbe-bake hanggang ang crust ay bahagyang ginintuang sa paligid ng mga gilid at ang mga mansanas ay malambot, mga 35 minuto pa.
n) Gamit ang ilalim ng tart pan bilang tulong, ilipat ang galette sa isang rack at hayaan itong lumamig ng 15 minuto.
o) Ihain nang mainit na may kasamang crème fraîche at Caramel Sauce.

PARA SA CARAMEL SAUCE:
p) Haluin ang asukal at ½ tasa ng tubig sa isang mabigat na malaking kasirola sa katamtamang mababang init hanggang sa matunaw ang asukal.
q) Palakihin ang apoy at pakuluan nang hindi hinahalo hanggang sa ang syrup ay maging malalim na kulay ng amber, paminsan-minsan ay sinipilyo ang mga gilid ng kawali gamit ang isang pastry brush na isinasawsaw sa tubig at paikutin ang kawali, mga 12 minuto.

r) Alisin mula sa init, ihalo sa mantikilya, at dahan-dahang magdagdag ng cream (ang timpla ay bula nang masigla).
s) Haluin sa mahinang apoy hanggang makinis at lumamig hanggang maligamgam bago ihain.
t) Maaaring gawin ang Caramel Sauce 2 araw nang mas maaga. Takpan at palamigin.
u) Painitin muli sa mababang init, paminsan-minsang pagpapakilos.

17. Apple & Cream Cheese Galette na may Caramel at Almond

MGA INGREDIENTS:
- 2 mansanas
- 1 pakete ng filo pastry
- 1 pakete ng cream cheese
- 1 pakete ng mga flaked almond
- ½ pakete ng Caramel Sauce
- 1 kutsarang brown sugar
- ¼ kutsarita ng kanela
- 40g mantikilya

MGA TAGUBILIN:
a) Painitin muna ang oven sa 220ºC/200ºC na pinipilit ng fan.
b) Hatiin ng manipis ang mga mansanas.
c) Sa isang medium na mangkok, pagsamahin ang mansanas, brown sugar, at kanela. Ihagis sa coat.
d) Sa isang maliit na mangkok na hindi tinatablan ng init, tunawin ang mantikilya sa loob ng 10 segundong pagsabog sa microwave.
e) I-brush ang bawat sheet ng filo pastry na may tinunaw na mantikilya.
f) Ilagay ang mga filo sheet na patag sa isang may linya na tray ng oven, ipapatong ang isa sa ibabaw ng isa pa.
g) Ikalat ang cream cheese at itaas na may mga hiwa ng mansanas, na nag-iiwan ng 4cm na hangganan sa paligid ng mga gilid.
h) Maingat na tiklupin ang mga gilid ng pastry sa ibabaw ng mansanas, na iniiwan na nakalantad ang gitna.
i) I-brush ang mga gilid ng pastry gamit ang natitirang mantikilya.
j) Ihurno ang galette sa pinakamababang oven rack hanggang sa maging ginintuang ang pastry, 20-25 minuto.
k) Sa huling 5 minuto ng pagbe-bake, iwiwisik ang mga natuklap na almendras.
l) Ibuhos ang caramel sauce sa ibabaw ng galette ayon sa gusto.
m) Hiwain ang galette.
n) Ilipat sa isang serving plate.

18. Pinaghalong Berry at Earl Grey Galette

MGA INGREDIENTS:
PARA SA CRUST:
- 1 tasang Pamela's Nut Flour Blend
- ½ tasa ng Pamela's All Purpose Baking Flour
- ½ tasang tapioca flour
- 1 kutsarang granulated sugar, at higit pa para sa pagwiwisik sa masa
- ½ kutsarita ng kosher na asin
- 8 tablespoons masyadong malamig na mantikilya, cubed
- 1 malaking itlog

PARA SA MIXED BERRY & EARL GREY FILLING:
- ¾ tasa ng buong gatas na ricotta
- 1 kutsarita ng orange zest
- ⅛ kutsarita Earl Grey tea (hiwain ang isang bag ng tsaa at i-scoop ang tsaa)
- 1 ½ tasang hiniwang strawberry
- ⅓ tasa ng asukal
- 1 vanilla bean nahati sa kalahati, mga buto na nasimot, o 1 kutsarang vanilla bean paste
- 1 tasang tasang raspberry

PARA SA ASSEMBLY:
- 1 itlog
- 1 kutsarang tubig

MAGLINGKOD:
- May pulbos na asukal, opsyonal
- Vanilla ice cream, opsyonal

MGA TAGUBILIN:
PARA GAWIN ANG CRUSS:
a) Pagsamahin ang unang 6 na sangkap sa isang food processor na nilagyan ng "S" blade. Pulse upang pagsamahin hanggang sa ang mantikilya ay inkorporada at ang timpla ay mukhang butil. Idagdag ang itlog sa food processor at pulso hanggang sa ganap na maisama. Subukan ang kahalumigmigan ng kuwarta sa pamamagitan ng pag-iipon ng kaunti at pagpindot dito. Kung ito ay

masyadong tuyo, magdagdag ng isang kutsarang tubig at pulso muli.

b) Ilagay ang kuwarta sa plastic wrap, hubog ito sa isang bilog na disc. Balutin nang mahigpit at palamigin ng 1 oras o hanggang magdamag.

PARA GUMAGAWA ANG PAGPUPUNO:

c) Kung pinalamig magdamag, hayaang uminit nang kaunti ang kuwarta sa counter. Sa isang maliit na mangkok, pagsamahin ang ricotta, orange zest, at tsaa.

d) Sa isa pang mangkok, pagsamahin ang hiniwang strawberry, asukal, at vanilla beans; haluin mabuti.

MAGTITIPON ANG GALETTE:

e) Painitin muna ang oven sa 400°F at lagyan ng parchment ang isang baking sheet.

f) Igulong ang kuwarta sa pagitan ng mga papel na parchment sa isang manipis na bilog. Ikalat ang pinaghalong ricotta sa kuwarta, na nag-iiwan ng hangganan. Itaas ang may asukal na mga strawberry at raspberry.

g) Dahan-dahang tiklupin ang mga gilid ng kuwarta sa ibabaw ng pagpuno, na lumilikha ng isang crust. I-brush ang mga gilid gamit ang egg wash at budburan ng asukal.

h) Ilagay ang galette sa freezer sa loob ng 10-15 minuto. Maghurno sa 400°F sa loob ng 10 minuto, pagkatapos ay bawasan sa 350°F at maghurno ng karagdagang 25 minuto hanggang sa maging golden brown.

i) Hayaang lumamig ang galette ng 15-20 minuto bago hiwain.

j) Ihain nang mainit-init o sa temperatura ng silid, opsyonal na lagyan ng alikabok ng pulbos na asukal at sinamahan ng isang scoop ng ice cream. Enjoy!

19. Raspberry at Lemon Galette

MGA INGREDIENTS:
- 1 sheet ng puff pastry na binili sa tindahan, lasaw
- 1 tasang sariwang raspberry
- Sarap ng 1 lemon
- 2 kutsarang lemon juice
- 1/4 tasa ng butil na asukal
- 1 kutsarang gawgaw
- 1 itlog, pinalo (para sa paghugas ng itlog)
- Powdered sugar, para sa pag-aalis ng alikabok (opsyonal)

MGA TAGUBILIN:
a) Painitin muna ang iyong oven sa 375°F (190°C) at lagyan ng parchment paper ang isang baking sheet.
b) Sa isang mangkok, pagsamahin ang mga sariwang raspberry, lemon zest, lemon juice, granulated sugar, at cornstarch. Dahan-dahang ihagis hanggang ang mga raspberry ay pantay na pinahiran.
c) I-roll out ang natunaw na puff pastry sheet sa isang bahagyang floured na ibabaw sa isang magaspang na bilog na mga 12 pulgada ang lapad.
d) Ilipat ang rolled-out puff pastry sa inihandang baking sheet.
e) Kutsara ang pinaghalong raspberry sa gitna ng puff pastry, mag-iwan ng humigit-kumulang 2-pulgada na hangganan sa paligid ng mga gilid.
f) I-fold ang mga gilid ng puff pastry sa ibabaw ng mga raspberry, i-pleating kung kinakailangan upang lumikha ng rustic galette na hugis.
g) I-brush ang mga gilid ng pastry gamit ang pinalo na itlog upang bigyan ito ng ginintuang kulay kapag inihurno.
h) Maghurno sa preheated oven sa loob ng 25-30 minuto, o hanggang ang pastry ay maging golden brown at ang mga raspberry ay bumubula.
i) Alisin sa oven at hayaang lumamig nang bahagya ang galette bago ihain.
j) Opsyonal, dust na may pulbos na asukal bago ihain.
k) Hatiin at tamasahin ang iyong masarap na Raspberry at Lemon Galette !

20. Blueberry at Lavender Galette

MGA INGREDIENTS:
- 1 sheet ng puff pastry na binili sa tindahan, lasaw
- 2 tasang sariwang blueberries
- 1 kutsarang culinary lavender buds
- Sarap ng 1 lemon
- 2 kutsarang lemon juice
- 1/4 tasa ng butil na asukal
- 1 kutsarang gawgaw
- 1 itlog, pinalo (para sa paghugas ng itlog)
- Powdered sugar, para sa pag-aalis ng alikabok (opsyonal)

MGA TAGUBILIN:
a) Painitin muna ang iyong oven sa 375°F (190°C) at lagyan ng parchment paper ang isang baking sheet.
b) Sa isang mangkok, pagsamahin ang mga sariwang blueberries, culinary lavender buds, lemon zest, lemon juice, granulated sugar, at cornstarch. Dahan-dahang ihagis hanggang sa ang mga blueberries ay pantay na pinahiran.
c) I-roll out ang natunaw na puff pastry sheet sa isang bahagyang floured na ibabaw sa isang magaspang na bilog na mga 12 pulgada ang lapad.
d) Ilipat ang rolled-out puff pastry sa inihandang baking sheet.
e) Ilagay ang pinaghalong blueberry sa gitna ng puff pastry, mag-iwan ng humigit-kumulang 2-pulgada na hangganan sa paligid ng mga gilid.
f) Tiklupin ang mga gilid ng puff pastry sa ibabaw ng mga blueberry, lagyan ng pleating kung kinakailangan upang lumikha ng rustic galette na hugis.
g) I-brush ang mga gilid ng pastry gamit ang pinalo na itlog upang bigyan ito ng ginintuang kulay kapag inihurno.
h) Maghurno sa preheated oven sa loob ng 25-30 minuto, o hanggang ang pastry ay maging golden brown at ang mga blueberry ay bumubula.
i) Alisin sa oven at hayaang lumamig nang bahagya ang galette bago ihain.
j) Opsyonal, dust na may pulbos na asukal bago ihain.

21. Cherry at Almond Galette

MGA INGREDIENTS:
- 1 sheet ng puff pastry na binili sa tindahan, lasaw
- 2 tasa sariwang seresa, pitted at kalahati
- 1/4 tasa ng butil na asukal
- 1 kutsarang gawgaw
- 1/2 kutsarita almond extract
- 1/4 tasa ng almond flour
- 1 itlog, pinalo (para sa paghugas ng itlog)
- Mga hiniwang almendras, para sa dekorasyon (opsyonal)
- Powdered sugar, para sa pag-aalis ng alikabok (opsyonal)

MGA TAGUBILIN:
a) Painitin muna ang iyong oven sa 375°F (190°C) at lagyan ng parchment paper ang isang baking sheet.
b) Sa isang mangkok, pagsamahin ang sariwang cherries, granulated sugar, cornstarch, at almond extract. Dahan-dahang ihagis hanggang ang mga seresa ay pantay na pinahiran .
c) I-roll out ang natunaw na puff pastry sheet sa isang bahagyang floured na ibabaw sa isang magaspang na bilog na mga 12 pulgada ang lapad.
d) Ilipat ang rolled-out puff pastry sa inihandang baking sheet.
e) Iwiwisik ang almond flour nang pantay-pantay sa gitna ng puff pastry, na nag-iiwan ng halos 2-pulgada na hangganan sa paligid ng mga gilid.
f) Ayusin ang cherry mixture sa ibabaw ng almond flour layer.
g) Tiklupin ang mga gilid ng puff pastry sa ibabaw ng mga cherry, i-pleating kung kinakailangan upang lumikha ng rustic galette na hugis.
h) I-brush ang mga gilid ng pastry gamit ang pinalo na itlog upang bigyan ito ng ginintuang kulay kapag inihurno. Kung ninanais, iwiwisik ang mga hiniwang almendras sa mga nakalantad na seresa.
i) Maghurno sa preheated oven sa loob ng 25-30 minuto, o hanggang ang pastry ay maging ginintuang kayumanggi at ang mga cherry ay bumubula.
j) Alisin sa oven at hayaang lumamig nang bahagya ang galette bago ihain.
k) Opsyonal, dust na may pulbos na asukal bago ihain.
l) Hatiin at tamasahin ang iyong masarap na Cherry at Almond Galette !

22.Blackberry at Mint Galette

MGA INGREDIENTS:
- 1 sheet ng puff pastry na binili sa tindahan, lasaw
- 2 tasang sariwang blackberry
- 1/4 tasa ng butil na asukal
- 1 kutsarang gawgaw
- Sarap ng 1 lemon
- 2 kutsarang tinadtad na sariwang dahon ng mint
- 1 kutsarang lemon juice
- 1 itlog, pinalo (para sa paghugas ng itlog)
- Powdered sugar, para sa pag-aalis ng alikabok (opsyonal)

MGA TAGUBILIN:
a) Painitin muna ang iyong oven sa 375°F (190°C) at lagyan ng parchment paper ang isang baking sheet.
b) Sa isang mangkok, pagsamahin ang mga sariwang blackberry, granulated sugar, cornstarch, lemon zest, tinadtad na sariwang dahon ng mint, at lemon juice. Dahan-dahang ihagis hanggang ang mga blackberry ay pantay na pinahiran.
c) I-roll out ang natunaw na puff pastry sheet sa isang bahagyang floured na ibabaw sa isang magaspang na bilog na mga 12 pulgada ang lapad.
d) Ilipat ang rolled-out puff pastry sa inihandang baking sheet.
e) Kutsara ang pinaghalong blackberry sa gitna ng puff pastry, mag-iwan ng humigit-kumulang 2-pulgada na hangganan sa paligid ng mga gilid.
f) Tiklupin ang mga gilid ng puff pastry sa ibabaw ng mga blackberry, lagyan ng pleating kung kinakailangan upang lumikha ng rustic galette na hugis.
g) I-brush ang mga gilid ng pastry gamit ang pinalo na itlog upang bigyan ito ng ginintuang kulay kapag inihurno.
h) Maghurno sa preheated oven sa loob ng 25-30 minuto, o hanggang ang pastry ay maging golden brown at ang mga blackberry ay bumubula.
i) Alisin sa oven at hayaang lumamig nang bahagya ang galette bago ihain.
j) Opsyonal, dust na may pulbos na asukal bago ihain.

VEGGIE GALETTES

23. Butternut Squash at Apple Galette

MGA INGREDIENTS:
- 1 ½ tasang nabaybay na harina
- 6-8 dahon ng sambong
- ¼ tasang malamig na tubig
- 6 na kutsarang langis ng niyog
- Asin sa dagat

PARA SA PAGPUNO:
- 1 kutsarang langis ng oliba
- ¼ pulang sibuyas, hiniwa ng manipis
- 1 kutsarang dahon ng sambong
- ½ pulang mansanas, hiniwa nang napakapino
- ¼ butternut squash, tinanggal ang balat at hiniwa nang pino
- 1 kutsarang langis ng niyog, hinati at naka-book para sa topping
- 2 tablespoons sage, nakalaan para sa topping
- Asin sa dagat

MGA TAGUBILIN:

a) Painitin muna ang iyong oven sa 350° F.

b) Gawin ang crust sa pamamagitan ng pagdaragdag ng harina, sea salt, at dahon ng sage sa food mill. Dahan-dahang isama ang langis ng niyog at tubig, at pulso nang regular habang dahan-dahan itong humahalo sa harina. Pulse lang ng sapat hanggang sa magsama ang mga bahagi, 30 segundo o higit pa.

c) Samantala, gawin ang pagpuno. Sa isang maliit na kawali sa medium-high heat, painitin ang langis ng oliba. Isama ang mga sibuyas, isang pakurot ng asin, at isang kutsarita ng dahon ng sambong, at igisa ng mga 5 minuto. Itabi ito habang inilalabas mo ang iyong kuwarta sa isang bilog, mga ¼ pulgada ang kapal.

d) Paghaluin ang kalabasa at mansanas sa isang maliit na mangkok na may isang ambon ng langis ng oliba at asin sa dagat. Idagdag ang butternut squash at hiwa ng mansanas sa ibabaw ng mga sibuyas (gaya ng nakikita mo sa larawan).

e) Dahan-dahang tiklupin ang mga gilid ng crust sa ibabaw ng mga panlabas na gilid ng kalabasa. Isama ang maliliit na tipak ng langis ng niyog sa ibabaw ng galette, kasama ang mga dahon ng sambong, at ihurno sa oven sa loob ng 20-25 minuto, o hanggang sa matuyo ang crust at maluto ang kalabasa.

24.Red Pepper at Baked Egg Galettes

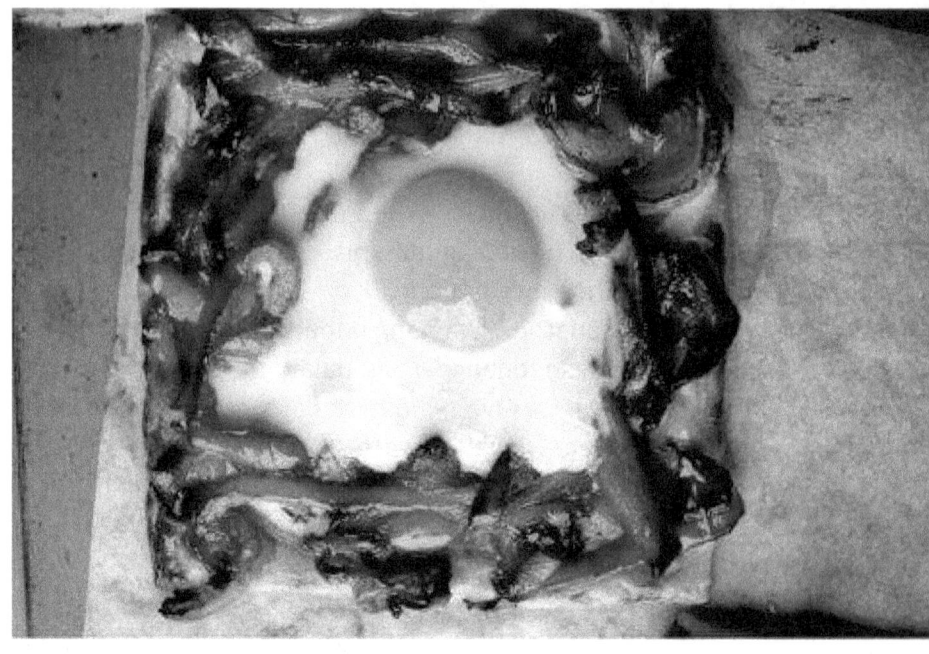

MGA INGREDIENTS:
- 4 na katamtamang pulang paminta, hinati, pinagbinhi, at gupitin ng ⅜ pulgada / 1 cm ang lapad
- 3 maliit na sibuyas, hatiin at gupitin sa mga wedges na ¾ pulgada / 2 cm ang lapad
- 4 thyme sprigs, mga dahon ay kinuha at tinadtad
- 1½ kutsarita ng ground coriander
- 1½ kutsarita ng giniling na kumin
- 6 na kutsarang langis ng oliba, dagdag pa para matapos
- 1½ kutsarang flat-leaf na dahon ng parsley, tinadtad nang magaspang
- 1½ kutsarang dahon ng cilantro, tinadtad nang magaspang
- 9 ounces / 250 g pinakamahusay na kalidad, all-butter puff pastry
- 2 kutsara / 30 g kulay-gatas
- 4 na malalaking free-range na itlog (o 5½ ounces / 160 g feta cheese, gumuho), kasama ang 1 itlog, bahagyang pinalo
- asin at sariwang giniling na itim na paminta

MGA TAGUBILIN:
a) Painitin muna ang oven sa 400°F / 210°C. Sa isang malaking mangkok, paghaluin ang mga sili, sibuyas, dahon ng thyme, giniling na pampalasa, langis ng oliba, at isang magandang pakurot ng asin. Ikalat sa isang litson na kawali at inihaw sa loob ng 35 minuto, pagpapakilos ng ilang beses sa panahon ng pagluluto. Ang mga gulay ay dapat na malambot at matamis ngunit hindi masyadong malutong o kayumanggi, dahil mas lulutuin ang mga ito. Alisin mula sa oven at ihalo ang kalahati ng sariwang damo. Tikman para sa pampalasa at itabi. Painitin ang oven sa 425°F / 220°C.

b) Sa ibabaw ng bahagyang floured, igulong ang puff pastry sa isang 12-inch / 30cm square na humigit-kumulang ⅛ pulgada / 3 mm ang kapal at gupitin sa apat na 6-inch / 15cm squares. Tusukin ang mga parisukat sa kabuuan ng isang tinidor at ilagay ang mga ito, well-spaced, sa isang baking sheet na nilagyan ng parchment paper. Iwanan upang magpahinga sa refrigerator ng hindi bababa sa 30 minuto.

c) Alisin ang pastry mula sa refrigerator at i-brush ang tuktok at gilid ng pinalo na itlog. Gamit ang isang offset na spatula o likod ng isang kutsara, ikalat ang 1½ kutsarita ng sour cream sa bawat parisukat, na nag-iiwan ng ¼-pulgada / 0.5cm na hangganan sa paligid ng mga gilid. Ayusin ang 3 kutsara ng pinaghalong paminta sa ibabaw ng mga parisukat na may tuktok na kulay-gatas, na iniwang malinaw na tumaas ang mga hangganan. Dapat itong ikalat nang pantay-pantay , ngunit mag-iwan ng mababaw na balon sa gitna upang hawakan ang isang itlog mamaya.

d)   Ihurno ang mga galette sa loob ng 14 minuto. Kunin ang baking sheet mula sa oven at maingat na basagin ang isang buong itlog sa balon sa gitna ng bawat pastry. Ibalik sa oven at lutuin ng isa pang 7 minuto, hanggang sa maitakda na ang mga itlog. Budburan ng itim na paminta at ang natitirang mga halamang gamot at lagyan ng mantika. Ihain nang sabay-sabay.

25. Asparagus, Prosciutto, at Goat Cheese Galettes

MGA INGREDIENTS:
- 2 medium na sibuyas, tinadtad
- 1 kutsarang langis ng oliba
- 1 kutsarang unsalted butter
- ½ kalahating kilong manipis na asparagus (mga 15 sibat, ¼-hanggang ½ pulgada ang kapal), pinutol
- 2 Galette rounds (sumusunod ang recipe), inihurnong
- ¼ kalahating kilong prosciutto na hiniwang manipis, gupitin nang crosswise sa manipis na hiwa
- ⅓ tasa ng malambot na banayad na keso ng kambing (mga 4 na onsa), temperatura ng silid
- ¼ tasa ng gatas
- ¾ stick (6 na kutsara) unsalted butter, natunaw at pinalamig
- 3 malalaking pula ng itlog
- 1 malaking buong itlog
- 2 tasang all-purpose na harina
- 1¾ kutsarita ng asin
- 3 kutsarang tinadtad na sariwang chives

MGA TAGUBILIN:

a) Sa isang kawali, lutuin ang mga sibuyas sa mantika at mantikilya na may asin at paminta sa katamtamang apoy sa loob ng 15 minuto, o hanggang sa ginintuang. Ilipat ang mga sibuyas sa isang mangkok upang palamig.

b) Maghanda ng isang malaking mangkok ng yelo at malamig na tubig. Gupitin ang asparagus nang crosswise sa ½-pulgadang piraso at lutuin sa isang malaking kasirola ng kumukulong tubig na inasnan sa loob ng 3 hanggang 5 minuto, o hanggang sa lumambot lang. Alisan ng tubig ang asparagus sa isang colander at ilipat ito sa isang mangkok ng yelo at malamig na tubig upang ihinto ang pagluluto. Ilabas ang asparagus sa tubig at patuyuin.

c) Painitin muna ang oven sa 400°F.

d) Ikalat ang mga sibuyas nang pantay-pantay sa mga galette round at itaas na may prosciutto, asparagus, at goat cheese. Maghurno ng mga galette sa isang baking sheet sa gitna ng oven sa loob ng mga 15 minuto, o hanggang sa bahagyang kayumanggi ang mga tuktok . Ilipat ang mga galette sa isang rack at hayaang lumamig.

e) Ihain ang mga galette , gupitin sa mga wedges, sa temperatura ng kuwarto.

GALETTE ROUNDS:

f) Sa isang mangkok, haluin ang gatas, mantikilya, yolks, at ang buong itlog. Sa isa pang mangkok, haluin ang harina, asin, at chives, at ihalo sa pinaghalong gatas hanggang sa pinagsama.

g) Sa isang bahagyang na-arina na ibabaw na may mga kamay na may harina, masahin ang kuwarta nang halos 8 beses, o hanggang makinis lang. I-wrap ang kuwarta sa plastic wrap at palamigin ng isang oras.

h) Painitin muna ang oven sa 450°F.

i) Hatiin ang kuwarta sa 4 na piraso. Sa ibabaw na may bahagyang floured na may floured rolling pin, igulong ang bawat piraso sa 8-pulgadang bilog. Ilipat ang mga bilog sa 2 baking sheet at i-crimp ang mga gilid nang may dekorasyon. Palamigin ang kuwarta sa loob ng 10 minuto at maghurno sa gitna at ibabang bahagi ng oven sa loob ng mga 5 minuto o hanggang sa ginintuang kayumanggi. Ilipat ang mga galette sa mga rack at hayaang lumamig nang buo. Mga Galette maaaring gawin nang mas maaga ng 1 araw at itago sa isang sealable na plastic bag sa temperatura ng kuwarto .

26. Talong at Tomato Galette

MGA INGREDIENTS:
- 17¼ ounces frozen puff pastry
- 2 talong
- asin
- 5 plum na kamatis
- 15 ounces ricotta cheese
- 2 kutsarita ng bawang
- 6 na kutsarang basil
- 2 kutsarita ng rosemary
- 1 kutsarang oregano
- ¼ kutsarita ng dinurog na pulang paminta na mga natuklap
- Itim na paminta
- 12 ounces mozzarella cheese
- 2 kutsarang langis ng oliba
- ½ tasa ng Parmesan cheese
- Mga dahon ng basil para sa dekorasyon

MGA TAGUBILIN:

a) Maglagay ng isang sheet ng puff pastry sa ibabaw ng pinagawaan ng harina at igulong ito sa isang 14" square. Ilipat sa isang malaking unrimmed baking sheet. Gamit ang pastry brush na isinawsaw sa tubig, i-brush ang isang 1" na border sa lahat ng panig ng square. Pagulungin ang mga gilid ng pastry sa 1 " at kurutin upang bumuo ng nakatayong gilid na humigit-kumulang ½" ang taas. Sa bawat sulok, magkakaroon ng kaunting labis na kuwarta; pindutin sa hugis ng bola. Gamitin ang likod ng kutsilyo upang gumawa ng pattern sa gilid. Ulitin sa pangalawang sheet. Palamigin hanggang matigas, mga 30 minuto. Maaari itong ihanda hanggang sa isang araw nang mas maaga. Takpan nang mahigpit gamit ang plastic wrap at palamigin.

b) Ilagay ang mga hiwa ng talong sa isang baking sheet at budburan ng masaganang asin. Hayaang tumayo sila ng 30 minuto. Ilagay sa isang colander at banlawan sa ilalim ng malamig na tubig na tumatakbo. Patuyuin at patuyuin. Ilagay ang mga hiwa ng kamatis sa mga tuwalya ng papel upang maubos.

c) Paghaluin ang ricotta, bawang, herbs, red pepper flakes, ¼ kutsarita ng asin, at black pepper sa panlasa. Ikalat ang kalahati ng pinaghalong keso sa bawat pastry shell.
d) Budburan ng mozzarella cheese. Maaari itong ihanda 4 hanggang 5 oras bago ang puntong ito. Takpan at palamigin.
e) Painitin muna ang oven sa 425°F. Ayusin ang bahagyang magkakapatong na hiwa ng talong sa bawat puff pastry square at pagkatapos ay itaas na may bahagyang magkakapatong na hiwa ng kamatis. Ibuhos ang tungkol sa 1-2 kutsara ng langis ng oliba sa bawat galette at iwiwisik ang Parmesan cheese.
f) Maghurno sa ibabang bahagi ng oven hanggang sa ang crust ay maging mayaman sa dark golden brown at ang mga gulay ay malambot, mga 40 minuto. Alisin sa isang cooling rack sa loob ng 2-3 minuto. Palamutihan ng dahon ng basil. Gupitin ang bawat galette sa 16 na parisukat at ihain nang mainit.

27.Potato Leek Galettes

MGA INGREDIENTS:
- 500 gramo ng leeks, julienned
- 1 kutsarang margarin o mantikilya
- 2 kutsarang tubig
- 500 gramo ng pinakuluang patatas (niluto sa kanilang mga balat noong nakaraang araw), binalatan at gadgad
- 2 itlog
- ¾ kutsarita ng asin
- 1 kurot na nutmeg
- Paminta sa panlasa
- Langis o mantikilya para sa pagprito

MGA TAGUBILIN:
a) Init ang margarine o mantikilya sa isang malalim na kawali at idagdag ang julienned leeks. Idagdag ang tubig at pasingawan ang leeks hanggang sa lumambot.
b) Sa isang mangkok, paghaluin ang gadgad na patatas, itlog, asin, paminta, at nutmeg.
c) Idagdag ang steamed leeks sa pinaghalong patatas. Kumuha ng isang malaking kutsara ng pinaghalong sa isang pagkakataon at patagin ito sa kawali upang bumuo ng maliliit na bilog na galettes (tungkol sa laki at hugis ng isang burger).
d) Iprito ang mga galette hanggang sa maging golden brown ang bawat panig.
e) Ihain ang mga leek galette na may pana-panahong salad para sa isang masarap na pagkain.

28.Swiss Chard Galette na may Feta at Pine Nuts

MGA INGREDIENTS:
- ¼ tasa ng currant
- 1 sibuyas, diced
- 2 cloves ng bawang, tinadtad
- 1 malaking bungkos ng Swiss chard o spinach
- ½ tasang feta
- 2 kutsarang pine nuts (o tinadtad na almond o walnuts)
- Sea asin at paminta
- 2 itlog, pinalo (1 Kutsara ang nakalaan)
- Pastry

MGA TAGUBILIN:
PARA IHANDA ANG PILLING:
a) Alisin ang mga tangkay mula sa mga gulay. Hiwain ang mga tangkay tulad ng kintsay. Hiwa-hiwain ang mga dahon.
b) Sa isang malaking kawali sa medium heat, igisa ang sibuyas sa olive oil hanggang malambot.
c) Magdagdag ng bawang at tinadtad na tangkay at lutuin ng 2-3 minuto.
d) Idagdag ang tinadtad na mga gulay at ihalo nang mabuti. Lutuin hanggang malambot (mga 5 minuto).
e) Pindutin ang labis na kahalumigmigan gamit ang likod ng isang kahoy na kutsara. Timplahan ng asin at paminta. I-scrape ang timpla sa isang mangkok, at magdagdag ng mga currant at nuts. Magdagdag ng feta at mga itlog bago mo ito sandok sa inihandang kuwarta.

PARA MAGTITIPON ANG GALETTE:
f) Painitin ang hurno sa 375 F
g) sa isang magaan na harina sa ibabaw ng isang magaspang na bilog na halos ¼" ang kapal. Ilipat sa isang baking sheet na nilagyan ng parchment (pinakamabuti ang sided sheet, kung sakaling tumagas ang galette).
h) Itambak ang pagpuno sa pastry, na nag-iiwan ng 2-3 pulgadang hangganan. Dahan-dahang tiklupin ang hangganan sa ibabaw ng pagpuno, na magkakapatong sa kuwarta kung kinakailangan.
i) I-brush ang tuktok ng pastry gamit ang nakareserbang itlog.

j) Maghurno ng 45 minuto hanggang isang oras, hanggang sa magmukhang ginintuang ang pastry at tila matibay ang laman. Takpan ng maluwag na may foil para sa huling 15 min o higit pa kung ang pastry ay masyadong browning. Hayaang lumamig ng 10 min bago hiwain.
k) Ihain nang mainit o sa temperatura ng kuwarto.

29. Mushroom at celery Root Galette na may Mushroom Sauce

MGA INGREDIENTS:
PARA SA PAGPUPUNO:
- 1 maliit na ugat ng kintsay (¾ pound)
- 2 medium leeks
- 1 libra puting mushroom
- 3 kutsarang langis ng oliba
- 1 malaking sibuyas, pinong tinadtad
- 1 lemon, hatiin
- ½ kutsarita ng pinatuyong tarragon
- Asin at sariwang giniling na paminta, sa panlasa
- 2 medium cloves ng bawang, tinadtad
- ¼ tasa sariwang flat-leaf parsley, tinadtad, at higit pa para sa dekorasyon

PARA SA MUSHROOM SAUCE:
- ½ tasang creme fraiche o sour cream
- 2 kutsarang sariwang gadgad na Parmesan o Asiago cheese
- Mushroom Sauce

PARA SA MUSHROOM SAUCE:
- Ang mushroom ay nagmumula sa puting mushroom
- Mga trim ng ugat ng kintsay
- Mga pampaganda ng Leek
- 2 kutsarang langis ng oliba
- 1 maliit na sibuyas, tinadtad
- 1 sibuyas ng bawang, tinadtad
- 1 tasang sabaw ng manok o gulay
- ½ tasang puting alak
- Asin at paminta para lumasa

PARA SA DOUGH:
- Yeast Dough o Pie Dough

DAGDAG:
- 1 malaking itlog, pinalo

MGA TAGUBILIN:
PARA SA MUSHROOM SAUCE:

a) Sa isang malaking nonreactive na kawali, magpainit ng 2 kutsarang langis ng oliba sa mahinang apoy.
b) Gamit ang isang slotted na kutsara, ilipat ang diced celery root sa kawali. Idagdag ang tinadtad na leeks at sibuyas.
c) Pigain ang kalahating lemon sa ibabaw ng mga gulay, idagdag ang tarragon, at lutuin hanggang ang likido ay sumingaw , at ang mga gulay ay malambot at nagsisimulang maging kayumanggi (mga 12 minuto). Timplahan ng asin at paminta.
d) Ilipat ang pinaghalong sa isang nonreactive na mangkok.
e) Sa parehong kawali, init ang natitirang 1 kutsara ng mantika sa sobrang init. Haluin ang mga mushroom hanggang malagyan ng mantika, pagkatapos ay pisilin ang natitirang lemon kalahati sa ibabaw ng mga ito. Lutuin hanggang sa magsimulang kulayan ang mga kabute (mga 2 minuto).
f) Timplahan ng perehil, asin, at paminta. Alisin sa init at ihalo ang pinaghalong ugat ng kintsay. I-fold sa ½ tasa ng inihandang Mushroom Sauce, ang creme fraiche, at ang Parmesan.

PARA SA GALETTE:
g) Painitin ang oven sa 375 degrees.
h) Sa isang lightly floured baking sheet na walang mga gilid, igulong ang galette dough sa isang 14 na pulgadang bilog. (Bilang kahalili, hatiin ang kuwarta sa 4 na pantay na piraso at igulong sa 8-pulgadang bilog.)
i) Ikalat ang pagpuno sa kuwarta, na nag-iiwan ng 2-pulgadang hangganan. Tiklupin at tiklupin ang hangganan ng kuwarta.
j) I-brush ang kuwarta gamit ang pinalo na itlog.
k) Ihurno ang galette hanggang sa ginintuang, mga 30 minuto para sa Yeast Dough at 40 minuto para sa Pie Dough.

PARA SA PAGLILINGKOD:
l) Ibuhos ang ¼ tasa ng Mushroom Sauce sa ibabaw ng galette .
m) Palamutihan ng tinadtad na perehil.
n) Gupitin ang galette sa mga wedges at sandok ang ilan sa sauce sa bawat isa.

PARA SA MUSHROOM SAUCE:
o) Sa isang malaking kasirola, painitin ang 2 kutsarang langis ng oliba.
p) Idagdag ang mga tangkay ng kabute, mga trim ng ugat ng kintsay, mga patong ng leek, sibuyas, at bawang. Igisa hanggang lumambot ang mga gulay .
q) Ibuhos ang sabaw ng manok o gulay at puting alak. Timplahan ng asin at paminta.
r) Pakuluan ang pinaghalong mga 20 minuto, pagkatapos ay pilitin, itapon ang mga solido.
s) Ibalik ang likido sa kasirola at kumulo hanggang sa ito ay mabawasan at lumapot.
t) Ayusin ang pampalasa, kung kinakailangan.
u) Gamitin itong Mushroom Sauce sa galette filling gaya ng itinuro sa itaas.

30.Patatas at Mushroom Galette

MGA INGREDIENTS:
- 1 libra na sari-saring ligaw na mushroom
- 1½ kutsarang mantikilya
- 2½ kutsarang langis ng canola
- Asin, sa panlasa
- ½ kutsarita ng paminta
- 2½ libra na all-purpose na patatas
- 1½ kutsarang extra-virgin olive oil

MGA TAGUBILIN:

a) Banlawan ang mga mushroom nang lubusan sa malamig na tubig. Iangat ang mga mushroom mula sa tubig at alisan ng tubig. Hiwain ang mga kabute sa ¼-pulgada na makapal na hiwa.

b) Sa isang malaking non-stick skillet, tunawin ang mantikilya sa 1 kutsara ng canola oil. Idagdag ang mga mushroom, ½ kutsarita ng asin, at paminta. Magluto sa mataas na init, paminsan-minsang pagpapakilos, hanggang sa ang likido ay sumingaw, at ang mga kabute ay magsimulang kayumanggi (mga 10 minuto). Ilipat sa isang mangkok. Punasan ang kawali.

c) Balatan ang mga patatas at gupitin ang mga ito sa isang food processor o sa isang box grater. Banlawan ang mga piraso ng patatas at patuyuin ang mga ito.

d) Init ang langis ng oliba at ang natitirang 1½ kutsara ng langis ng canola sa kawali. Idagdag ang patatas at ½ kutsarita ng asin. Ihagis at igisa sa mataas na apoy hanggang sa bahagyang kayumanggi (mga 5 minuto). Ilipat ang isang-katlo ng mga patatas sa isang mangkok.

e) Pindutin ang mga natitirang patatas sa kawali upang lumikha ng isang manipis at matatag na "kama."

f) Kutsara ang mga mushroom sa ibabaw ng potato bed, pagkatapos ay ikalat ang nakareserbang patatas sa ibabaw upang masakop nila ang karamihan sa mga mushroom. Pindutin nang bahagya upang i-compress ang galette.

g) Takpan at lutuin ang galette sa katamtamang apoy, nanginginig ang kawali paminsan-minsan, hanggang kayumanggi sa ilalim (mga 10 minuto).

h) Alisin mula sa init at hayaan itong magpahinga ng 5 minuto. Baligtarin ang galette sa isang bilog na pinggan, gupitin ito sa mga wedges, at ihain.

31. Sweet Potato Galette

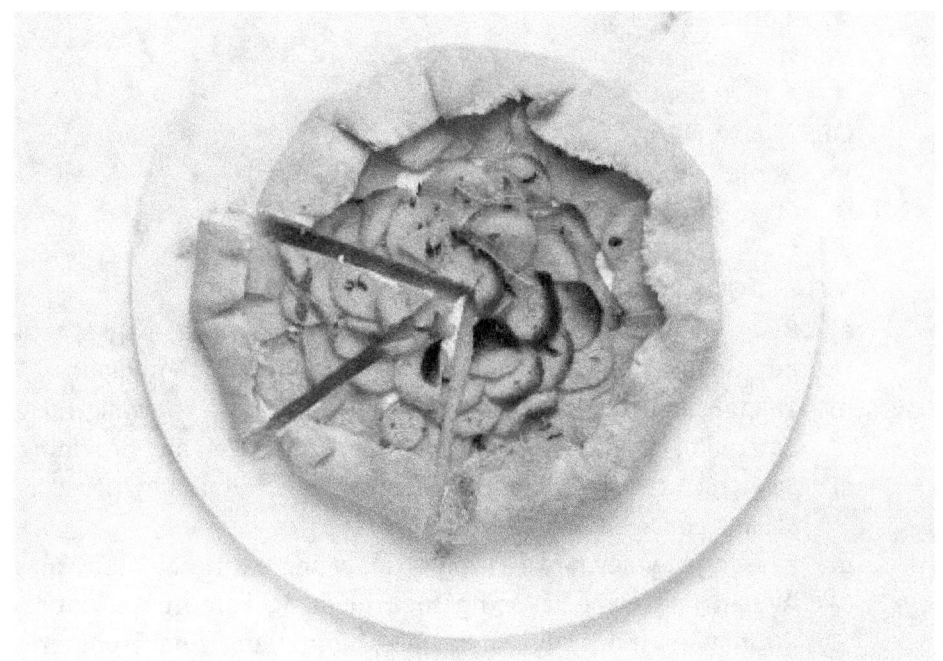

MGA INGREDIENTS:
- 2 pounds Yukon Gold o Yellow Finn na patatas
- 4 pounds ng kamote
- ¾ tasa ng mantikilya
- Asin at paminta para lumasa

OPSYONAL NA MGA KASAMA:
- Apple-Fennel Compote (tingnan ang recipe)
- Creme fraiche

MGA TAGUBILIN:
a) Balatan ang mga dilaw na patatas at kamote, pagkatapos ay gupitin ang mga ito sa manipis na hiwa, mga 1/16 pulgada.
b) Takpan ang mga dilaw na hiwa ng patatas sa malamig na tubig hanggang handa nang gamitin upang maiwasan ang browning.
c) Sa isang 12-inch na kawali, tunawin ang 5 kutsarang mantikilya at alisin sa init.
d) Sa isang hiwalay na kawali, matunaw ang natitirang mantikilya.
e) Ayusin ang isang layer ng mga hiwa ng kamote sa ibabaw ng tinunaw na mantikilya sa kawali. Gamitin ang pinaka-unipormeng mga hiwa para sa ilalim na layer.
f) Magsimula sa gitna ng kawali at lumikha ng magkakapatong, concentric na mga bilog, baligtarin ang direksyon ng bawat bilog hanggang sa masakop ang ilalim ng kawali.
g) I-brush ang layer na ito ng sobrang tinunaw na mantikilya at masaganang budburan ng asin at paminta.
h) Ulitin ang proseso na may isang layer ng dilaw na patatas, brushing na may tinunaw na mantikilya at pampalasa na may asin at paminta.
i) Ipagpatuloy ang paggawa ng mga alternating layer ng kamote at dilaw na patatas hanggang sa mapuno ang kawali.
j) Ilagay ang kawali ng patatas sa medium-high heat at lutuin hanggang sa magsimula itong kumulo. Magpatuloy sa pagluluto para sa karagdagang 5 minuto, nanginginig ang kawali paminsan-minsan upang pigilan ang pagdikit.
k) Takpan ang mga patatas na may foil at maghurno sa 450 degrees Fahrenheit hanggang sa maluto ang mga patatas , humigit-

kumulang 30 minuto. Subukan ang pagiging handa gamit ang isang skewer o paring knife.

l) Alisin ang foil at gumamit ng spatula upang pindutin ang mga patatas, siksikin ang mga layer. Maghurno nang walang takip para sa karagdagang 10 minuto.

m) Alisin mula sa oven at maingat na ibuhos ang labis na mantikilya mula sa kawali.

n) Maglagay ng malaking plato o platter sa ibabaw ng kawali at baligtarin ito, palitan ang anumang hiwa na maaaring mahulog.

o) Gupitin ang galette sa mga wedges at ihain. Opsyonal, samahan ito ng Apple-Fennel Compote at creme fraiche.

32.Tomato at Caramelized Onion Galette

MGA INGREDIENTS:
- 2½ libra dilaw na sibuyas, tinadtad nang magaspang
- 6 sariwang thyme sprigs O 2 kurot na tuyo na thyme
- ¼ tasa ng langis ng oliba
- Asin at sariwang giniling na paminta
- 1 kutsarang sariwang rosemary, tinadtad O 1 kutsarita na pinatuyong rosemary
- Yeast Dough o Pie Dough
- 3 ounces Gorgonzola cheese
- 1 malaking cherry tomatoes o plum tomatoes, hiniwang crosswise ⅓" makapal
- 1 malaking itlog, pinalo

MGA TAGUBILIN:

a) Sa isang malaki, mabigat, hindi aktibo na kasirola, lutuin ang mga sibuyas at tim sa katamtamang init, haluin nang isa o dalawang beses, hanggang sa magsimulang maging ginintuang ang mga sibuyas, mga 15 minuto.

b) Magdagdag ng 3 kutsara ng mantika, takpan, at lutuin sa mahinang apoy, i-scrape ang kawali tuwing 10 minuto, hanggang sa mag-brown ang mga sibuyas , mga 1 oras.

c) Timplahan ng asin at paminta at 2 kutsarita ng sariwang rosemary (o lahat ng pinatuyong rosemary). Hayaang lumamig.

d) Painitin ang oven sa 400 degrees.

e) Sa isang lightly floured baking sheet na walang mga gilid, igulong ang galette dough sa isang 14 na pulgadang bilog. (Bilang kahalili, hatiin ang kuwarta sa 4 na pantay na piraso at igulong sa 8-pulgadang bilog.)

f) Ikalat ang caramelized na pagpuno ng sibuyas sa ibabaw ng kuwarta, na nag-iiwan ng 2-pulgadang hangganan.

g) Durugin ang Gorgonzola cheese sa ibabaw at i-overlap ang mga hiwa ng kamatis sa isang singsing.

h) Timplahan ng asin at paminta at ibuhos ang natitirang 1 kutsara ng mantika sa ibabaw.

i) Tiklupin at tiklupin ang hangganan ng kuwarta. I-brush ang kuwarta gamit ang pinalo na itlog.

j) Ihurno ang galette hanggang sa maging ginintuang ang crust, mga 20 minuto para sa Yeast Dough at 35 minuto para sa Pie Dough.

k) Iwiwisik ang natitirang 1 kutsarita ng sariwang rosemary sa ibabaw at ihain ang galette na mainit o mainit.

33. Corn Galette na may Zucchini, at Goat Cheese

MGA INGREDIENTS:
PARA SA PAGPUPUNO:
- 1 kutsarang langis ng oliba
- 1 medium shallot, tinadtad
- 1 medium zucchini, gupitin sa ¼-inch cubes
- ¼ kutsarita ng kosher salt, at higit pa kung kinakailangan
- Bagong giniling na itim na paminta
- 2 tasang sariwang butil ng mais (mula sa mga 3 hanggang 4 na tainga)
- 2 kutsarita sariwang dahon ng thyme
- 3 onsa sariwang keso ng kambing, gumuho (mga ¾ tasa)

PARA MAGTITIPON:
- All-purpose na harina, para sa pag-aalis ng alikabok
- 1 biniling pie crust (mga 7.5 ounces), lasaw kung nagyelo
- 1 kutsarita ng Dijon mustard

MGA TAGUBILIN:
GAWAIN ANG PAGPUPUNO:
a) Init ang mantika sa isang malaking kawali sa katamtamang apoy hanggang sa kumikinang.
b) Idagdag ang shallot at igisa hanggang sa magsimulang lumambot, mga 2 minuto.
c) Idagdag ang zucchini, ¼ kutsarita ng asin, at timplahan ng paminta. Lutuin hanggang malambot ang mga gulay, 4 hanggang 5 minuto.
d) Alisin sa apoy at ihalo ang butil ng mais at dahon ng thyme.
e) Ilipat ang halo sa isang mangkok at hayaang lumamig sa temperatura ng kuwarto.
f) Ayusin ang isang rack sa gitna ng oven at init sa 400°F. Iguhit ang isang baking sheet na may parchment paper.
g) Kapag lumamig na ang timpla, idagdag ang keso ng kambing at haluin upang pagsamahin. Timplahan ng mas maraming asin at paminta kung kinakailangan.

MAGTITIPON ANG GALETTE:
h) Ilagay ang pie crust sa isang lightly floured work surface.
i) Gamit ang isang rolling pin, igulong ang kuwarta sa isang bilog na mga 12 pulgada ang lapad.

j) Simula sa isang dulo ng kuwarta, maluwag na igulong ang pie crust sa palibot ng rolling pin.
k) Ilipat ito sa inihandang baking sheet at i-unroll ang kuwarta pabalik ng patag.
l) Ikalat ang mustasa sa kuwarta, na nag-iiwan ng humigit-kumulang 1 ½ hanggang 2 pulgadang hangganan.
m) Kutsara ang pagpuno nang pantay-pantay sa mustasa.
n) Dahan-dahang tiklupin ang mga gilid ng kuwarta sa ibabaw ng palaman, na sumasaklaw sa humigit-kumulang 1 ½ hanggang 2 pulgada ng palaman at lagyan ng plea ang kuwarta bawat 2 pulgada habang ikaw ay pupunta.
o) Maghurno hanggang sa maging golden-brown ang crust, 30 hanggang 40 minuto.
p) Hayaang lumamig ang galette nang hindi bababa sa 5 hanggang 10 minuto bago hiwain at ihain.

34. Cheesy Salami at Tomato Galette

MGA INGREDIENTS:
- 130 g mantikilya
- 300 g harina
- 1 kutsarita ng asin
- 1 itlog
- 80 ML ng gatas
- ½ kutsarita ng suka

PAGPUPUNO:
- 1 kamatis
- 1 matamis na paminta
- zucchini
- salami
- mozzarella
- 1 kutsarang langis ng oliba
- herbs (tulad ng thyme, basil, spinach)

MGA TAGUBILIN:
a) Cube up ang mantikilya.
b) Sa isang mangkok o kawali, pagsamahin ang mantika, harina, at asin at i-chop gamit ang kutsilyo.
c) Ihagis ang isang itlog, ilang suka, at ilang gatas.
d) Simulan ang pagmamasa ng kuwarta. Palamigin sa loob ng kalahating oras pagkatapos igulong ito sa isang bola at balutin ito ng plastic wrap.
e) Gupitin ang lahat ng mga sangkap ng pagpuno .
f) Ilagay ang pagpuno sa gitna ng isang malaking bilog ng kuwarta na inilabas sa baking parchment (maliban sa Mozzarella).
g) Ibuhos ang langis ng oliba at timplahan ng asin at paminta.
h) Pagkatapos ay maingat na iangat ang mga gilid ng kuwarta, balutin ang mga ito sa magkasanib na mga seksyon, at bahagyang pindutin ang mga ito.
i) Painitin ang oven sa 200°C at maghurno ng 35 minuto. Idagdag ang mozzarella sampung minuto bago matapos ang oras ng pagluluto at ipagpatuloy ang pagluluto.
j) Ihain kaagad!

35. Tomato, Pesto, at Goat Cheese Galette

MGA INGREDIENTS:
- 8½ ounces Puff pastry
- ⅓ tasa ng Pesto
- 2 kutsarang Parmesan cheese; kasama ang 1 kutsarita
- 3 medium Mga hinog na kamatis
- 4 ounces Pinalamig na keso ng kambing, gumuho at pinalamig
- ½ tasa ng Nicoise olive; pitted
- Bagong giniling na itim na paminta
- 1 kutsara Extra-virgin olive oil
- 3 sariwang dahon ng basil; ginutay-gutay (hanggang 4 na kutsara)

MGA TAGUBILIN:

a) Maghanda ng Crust: Kakailanganin mo ang isang 10- o 11- pulgadang tart pan. I-defrost ang isang sheet ng puff pastry sa loob ng 30 minuto. Painitin ang oven sa 400 degrees.

b) Buksan ang pastry at igulong ito sa isang 14-inch square o 4 na pulgada na mas malaki kaysa sa tart pan. Gupitin ang isang bilog na 2 pulgada na mas malaki kaysa sa kawali gamit ang ilalim ng kawali bilang gabay.

c) Ilagay ang kuwarta sa maasim na kawali, tiklop sa humigit-kumulang 1 pulgada ng kuwarta upang bumuo ng isang gilid. Tusukin ang ilalim at gilid ng pastry sa pagitan ng 1 pulgada gamit ang isang tinidor. Maghurno ng 15 minuto o hanggang sa matingkad na ginintuang kayumanggi.

d) Assemble Tart: Ikalat ang pesto sa pastry. Budburan ang 2 kutsara ng parmesan sa ibabaw ng pesto.

e) Punasan ang mga kamatis, core, at gupitin sa ¼-inch na hiwa. Ayusin ang mga hiwa ng kamatis sa mga concentric na bilog, simula sa panlabas na gilid ng pastry shell.

f) Durog-durog ang keso ng kambing sa ibabaw ng mga kamatis. Ipamahagi ang mga olibo sa itaas, pagkatapos ay iwiwisik ang natitirang 1 kutsarita ng parmesan cheese. Gilingin ang itim na paminta sa ibabaw at lagyan ng langis ng oliba.

g) Ihurno ang tart sa loob ng 15 minuto o hanggang sa magsimulang matunaw ang keso ng kambing . Kung ang gilid ay nagiging masyadong kayumanggi, takpan ito ng mga piraso ng aluminum foil.

h) Bago ihain, palamutihan ng ginutay-gutay na basil ang tuktok ng tart.

i) Ang tart ay maaaring ihain nang mainit o sa temperatura ng silid.

36. Spinach at Ricotta Galette

MGA INGREDIENTS:
- 1 sheet ng puff pastry na binili sa tindahan, lasaw
- 2 tasang sariwang spinach, tinadtad
- 1 tasang ricotta cheese
- 1/4 tasa ng gadgad na Parmesan cheese
- 1 sibuyas ng bawang, tinadtad
- Asin at paminta para lumasa
- 1 itlog, pinalo (para sa paghugas ng itlog)

MGA TAGUBILIN:
a) Painitin muna ang iyong oven sa 375°F (190°C) at lagyan ng parchment paper ang isang baking sheet.
b) Sa isang mangkok, paghaluin ang tinadtad na spinach, ricotta cheese, Parmesan cheese, tinadtad na bawang, asin, at paminta.
c) I-roll out ang puff pastry sheet sa isang bahagyang floured na ibabaw sa isang magaspang na bilog na mga 12 pulgada ang lapad.
d) Ikalat ang pinaghalong spinach at ricotta nang pantay-pantay sa puff pastry, na nag-iiwan ng humigit-kumulang 2-pulgada na hangganan sa paligid ng mga gilid.
e) Tiklupin ang mga gilid ng puff pastry sa pinaghalong spinach, i-pleating kung kinakailangan upang lumikha ng rustic galette na hugis.
f) I-brush ang mga gilid ng pastry gamit ang pinalo na itlog.
g) Maghurno sa preheated oven sa loob ng 25-30 minuto, o hanggang ang pastry ay ginintuang kayumanggi at ang pagpuno ay naitakda.
h) Hayaang lumamig nang bahagya bago ihain.

37. Broccoli at Cheddar Galette

MGA INGREDIENTS:
- 1 sheet ng puff pastry na binili sa tindahan, lasaw
- 2 tasang broccoli florets, blanched at tinadtad
- 1 tasang ginutay-gutay na cheddar cheese
- 1/4 tasa ng gadgad na Parmesan cheese
- Asin at paminta para lumasa
- 1 itlog, pinalo (para sa paghugas ng itlog)

MGA TAGUBILIN:
a) Painitin muna ang iyong oven sa 375°F (190°C) at lagyan ng parchment paper ang isang baking sheet.
b) Sa isang mangkok, pagsamahin ang tinadtad na broccoli, ginutay-gutay na cheddar cheese, Parmesan cheese, asin, at paminta.
c) I-roll out ang puff pastry sheet sa isang bahagyang floured na ibabaw sa isang magaspang na bilog na mga 12 pulgada ang lapad.
d) Ikalat ang pinaghalong broccoli at keso nang pantay-pantay sa puff pastry, na nag-iiwan ng humigit-kumulang 2-pulgada na hangganan sa paligid ng mga gilid.
e) I-fold ang mga gilid ng puff pastry sa pinaghalong broccoli, i-pleating kung kinakailangan.
f) I-brush ang mga gilid ng pastry gamit ang pinalo na itlog.
g) Maghurno ng 25-30 minuto, o hanggang sa maging golden brown ang pastry at bubbly na ang laman.
h) Hayaang lumamig nang bahagya bago ihain.

38.Zucchini at Ricotta Galette na may Basil Pesto

MGA INGREDIENTS:
- 1 sheet ng puff pastry na binili sa tindahan, lasaw
- 2 maliit na zucchini, hiniwa nang manipis
- 1/2 tasa ng ricotta cheese
- 2 kutsarang basil pesto
- Asin at paminta para lumasa
- 1 itlog, pinalo (para sa paghugas ng itlog)
- Mga sariwang dahon ng basil para sa dekorasyon (opsyonal)

MGA TAGUBILIN:

a) Painitin muna ang iyong oven sa 375°F (190°C) at lagyan ng parchment paper ang isang baking sheet.
b) Sa isang mangkok, paghaluin ang ricotta cheese at basil pesto. Timplahan ng asin at paminta ayon sa panlasa.
c) I-roll out ang puff pastry sheet sa isang bahagyang floured na ibabaw sa isang magaspang na bilog na mga 12 pulgada ang lapad.
d) Ikalat ang pinaghalong ricotta at pesto nang pantay-pantay sa puff pastry, na nag-iiwan ng humigit-kumulang 2 pulgadang hangganan sa paligid ng mga gilid.
e) Ayusin ang hiniwang zucchini sa ibabaw ng pinaghalong ricotta.
f) I-fold ang mga gilid ng puff pastry sa ibabaw ng zucchini at ricotta, pleating kung kinakailangan.
g) I-brush ang mga gilid ng pastry gamit ang pinalo na itlog.
h) Maghurno ng 25-30 minuto, o hanggang ang pastry ay maging ginintuang kayumanggi at ang zucchini ay malambot.
i) Hayaang lumamig nang bahagya bago ihain. Palamutihan ng sariwang dahon ng basil kung ninanais.

39. Caramelized Onion at Spinach Galette

MGA INGREDIENTS:
- 1 sheet ng puff pastry na binili sa tindahan, lasaw
- 2 malalaking sibuyas, hiniwa ng manipis
- 2 kutsarang langis ng oliba
- 2 tasang sariwang dahon ng spinach
- 1/4 tasa ng gadgad na Parmesan cheese
- Asin at paminta para lumasa
- 1 itlog, pinalo (para sa paghugas ng itlog)

MGA TAGUBILIN:
a) Painitin muna ang iyong oven sa 375°F (190°C) at lagyan ng parchment paper ang isang baking sheet.
b) Sa isang malaking kawali, init ang langis ng oliba sa katamtamang init. Idagdag ang hiniwang sibuyas at lutuin, paminsan-minsang pagpapakilos, hanggang sa caramelized, mga 20-25 minuto.
c) I-roll out ang puff pastry sheet sa isang bahagyang floured na ibabaw sa isang magaspang na bilog na mga 12 pulgada ang lapad.
d) Ikalat ang mga caramelized na sibuyas nang pantay-pantay sa puff pastry, na nag-iiwan ng halos 2-pulgadang hangganan sa paligid ng mga gilid.
e) Ayusin ang sariwang dahon ng spinach sa ibabaw ng mga caramelized na sibuyas.
f) Iwiwisik ang gadgad na Parmesan cheese sa ibabaw ng spinach.
g) Timplahan ng asin at paminta ayon sa panlasa.
h) I-fold ang mga gilid ng puff pastry sa ibabaw ng spinach at mga sibuyas, pleating kung kinakailangan.
i) I-brush ang mga gilid ng pastry gamit ang pinalo na itlog.
j) Maghurno ng 25-30 minuto, o hanggang ang pastry ay maging ginintuang kayumanggi at ang pagpuno ay pinainit.
k) Hayaang lumamig nang bahagya bago ihain.

NUTTY GALETTES

40. Mga Raspberry at Hazelnut Galette na may Raspberry Coulis

MGA INGREDIENTS:
- 2 onsa gintong asukal sa caster
- 3 ounces giniling na hazelnuts
- 4 ounces plain flour, sinala
- 3 ounces unsalted butter, pinalamig at gupitin sa maliliit na piraso
- 1 pula ng itlog, pinalo
- 1 pound + 2 ounces raspberry
- 4 na kutsarang icing sugar, sinala
- 284 ml whipping cream

MGA TAGUBILIN:

a) Sa isang food processor, ihalo ang asukal, hazelnuts, at harina. Idagdag ang mantikilya at iproseso hanggang ang timpla ay maging katulad ng mga pinong breadcrumb. Idagdag ang pula ng itlog at timpla hanggang sa maging bola ang timpla.

b) Igulong ang kuwarta sa halos 3mm (½") na kapal sa ibabaw ng bahagyang harina. Gumupit ng 16 na round gamit ang 6cm (2½") cutter. Ilagay sa mga non-stick baking tray at maghurno sa isang preheated oven sa 180°C (350°F, gas mark 4) sa loob ng 12-15 minuto o hanggang sa bahagyang kulay. Palamig ng kaunti bago ilipat sa isang cooling rack.

c) Upang gawin ang coulis, purée ang kalahati ng mga raspberry at salain upang alisin ang mga pips. Ihalo ang 45ml (3 kutsara) ng icing sugar.

d) Talunin ang cream at tiklupin ang natitirang icing sugar.

e) Sandwich ng dalawang shortbread round na may cream at ang natitirang buong raspberry. Itaas na may higit pang cream at raspberry. Ulitin upang makagawa ng 8 galettes.

f) Ihain na may alikabok na may icing sugar, pinalamutian ng mint sprigs, at sinamahan ng raspberry coulis.

41. Mango Nutty Nutella Pie Galette

MGA INGREDIENTS:
- 7 onsa ng harina
- 3½ ounces vegan butter (manipis na hiwa)
- 2 kutsarang asukal
- 2 kutsara ng malamig na tubig
- 1 mangga
- Kurot ng asin
- 4-5 kutsarang hazelnut paste
- ¼ tasa ng almond milk at ½ kutsarang asukal para i-brush at lagyan ng balat ang crust

MGA TAGUBILIN:
a) Pagsamahin ang harina at mantikilya sa isang food processor.
b) Magdagdag ng asukal, isang pakurot ng asin, at panghuli, ang tubig upang makakuha ng pare-parehong masa.
c) Iwanan upang magpahinga ng 30 minuto sa refrigerator.
d) Hatiin ng manipis ang mangga at itabi.
e) Kunin ang pie dough at igulong ito sa 10-12-pulgadang bilog na may rolling pin.
f) Painitin muna ang oven sa 400°F.
g) I-brush ang 4-5 na kutsara ng lutong bahay na Nutella sa gitna ng pie dough. Mag-iwan ng halos 1 pulgada ng gilid nang libre.
h) Ilagay ang mga hiwa ng mangga sa isang bilog sa kuwarta.
i) I-fold ang gilid ng kuwarta sa ibabaw ng mangga bilang crust.
j) I-brush ang crust na may almond milk. Budburan ang crust na may asukal.
k) Maghurno ng 35-40 minuto sa oven.
l) Ihain kaagad.

42. Nectarine at Plum Pistachio Galette

MGA INGREDIENTS:
PISTACIO CRUST
- 1 ½ tasang all-purpose na harina
- ¼ tasa ng unsalted na pistachios, pinagbalatan at tinadtad nang magaspang
- 1 kutsarita ng butil na asukal
- ¼ kutsarita ng asin
- ½ tasang unsalted cold butter, hiniwa o gupitin sa 1 cm cubes
- 1 malaking pula ng itlog
- 4 hanggang 5 kutsarang malamig na tubig

PAPUSANG PRUTAS
- ¼ tasa ng butil na asukal
- 3 kutsarang pampapuno ng pie filling
- ¼ kutsarita ng giniling na kanela
- 6 hanggang 8 nectarine, pitted at hiniwa
- 6 hanggang 8 plum, pitted at hiniwa
- 1 kutsarang lemon juice
- 2 tablespoons unsalted butter, gupitin sa 1 cm cubes
- 1 kutsarang butil na asukal
- ¼ tasa ng unsalted na pistachios, pinagbalatan at tinadtad nang magaspang

MGA TAGUBILIN:
a) Sa isang medium bowl, haluin ang harina, pistachios, asukal, at asin. Ihagis sa mantikilya at balutin ng pinaghalong harina.
b) Gamit ang isang pastry blender o isang mahabang tinned na tinidor, hiwain ang mantikilya at pula ng itlog hanggang ang timpla ay maging gumuho na halos kasing laki ng maliliit na gisantes.
c) Magdagdag ng tubig ng 2 kutsara sa isang pagkakataon at ipagpatuloy ang paghiwa sa pinaghalong harina hanggang sa mabuo ang isang masa at maaaring iwanang ang mga gilid ng mangkok ay maging isang magkakaugnay na masa ng kuwarta. Hugis ang kuwarta sa isang patag na disk.
d) Takpan nang mahigpit gamit ang plastic wrap at hayaang lumamig ang kuwarta sa refrigerator sa loob ng 30 minuto.

e) Samantala, sa isang malaking mangkok, haluin ang asukal, Pie Filling Enhancer, at cinnamon. Tandaan: kung gumagamit ng all-purpose na harina bilang pampalapot, magdagdag ng ¼ tasa ng asukal; itabi. Ihagis sa mga nectarine at plum. Budburan ng lemon juice, malumanay na ihalo; itabi.
f) Painitin ang oven sa 425°F at lagyan ng parchment paper o silicon baking mat ang isang malaking baking sheet; itabi.
g) Kapag ang kuwarta ay pinalamig, bahagyang harina ang isang malinis at tuyo na ibabaw. Pagulungin ang kuwarta sa isang 12×8-pulgadang parihaba, mga ⅛ pulgada ang kapal. Gamitin ang natitirang mga scrap upang punan ang anumang mga puwang o luha sa inilabas na kuwarta. Sa tulong ng isang malaking bench scraper, ilipat ang sheet ng kuwarta sa inihandang baking sheet.
h) Dahan-dahang igulong ang mga gilid papasok at bahagyang kurutin ang pinagtahian ng kuwarta upang lumikha ng hangganan.
i) Sa parehong prutas, kunin ang mga hiwa na halos magkapareho ang laki at magsimulang ilatag ang prutas simula sa gitna at magtrabaho patungo sa mga hangganan. Kapag naglalagay ng prutas na pinakamalapit sa mga hangganan, gumamit ng mas maliliit na hiwa upang punan ang mga puwang. Ang paghahalili ng mga kulay at anggulo kapag naglalagay ng prutas ay lilikha ng mas dynamic na aesthetic.
j) Pagwiwisik ng 2 kutsara ng cubed butter sa ibabaw ng pagpuno. Pahiran ng tubig ang gilid ng kuwarta at budburan ng 1 kutsarang asukal. Iwiwisik ang natitirang pistachios sa ibabaw ng galette.
k) Maghurno ng 30 hanggang 40 minuto o hanggang sa maging golden brown ang crust at malambot na ang prutas. Hayaang lumamig ang galette sa wire rack ng 1 oras bago ihain. ENJOY!

43. Raspberry at Liquorice Jam at Hazelnut Galette

MGA INGREDIENTS:
- ¾ tasa ng hilaw na hazelnuts, sa balat
- ¾ kutsarita ng asin
- 1¼ tasa ng plain flour, at higit pa para sa ibabaw ng trabaho
- ½ tasa (1 stick) pinalamig na unsalted butter, gupitin sa 1.5cm na tipak
- ¼ tasa ng asukal
- 2 malaking pula ng itlog
- 1 tasa ng Raspberry at Liquorice Jam
- 1 kutsarita ng pinong gadgad na lime zest
- 1 kutsarang sariwang katas ng kalamansi
- 1 malaking itlog, pinalo para timpla
- 2 kutsarang hilaw na asukal
- Hazelnut o vanilla ice cream (para sa paghahatid; opsyonal)

MGA TAGUBILIN:

a) Painitin muna ang oven sa 190°C.

b) Iproseso ang mga hazelnut, asin, at 1¼ tasa ng harina sa isang food processor hanggang ang mga mani ay napakapinong giling; ilipat sa isang medium bowl at itabi.

c) Iproseso ang mantikilya at asukal sa isang food processor hanggang makinis. Magdagdag ng pula ng itlog at pulso para lang pagsamahin. Magdagdag ng nakareserbang hazelnut mixture at pulso hanggang sa mahalo. Magtipon sa isang bola, patagin sa isang disk, at balutin ng plastik. Palamigin nang hindi bababa sa 2 oras.

d) Paghaluin ang Raspberry at licorice Jam, lime zest, at lime juice sa isang maliit na mangkok upang timpla; itabi.

e) Igulong ang kuwarta sa isang sheet ng floured baking paper sa isang 35cm na bilog na halos 3mm ang kapal, lagyan ng alikabok ang kuwarta ng harina kung kinakailangan upang maiwasan ang pagdikit. Ikalat ang pinaghalong jam sa ibabaw ng kuwarta, na nag-iiwan ng 4cm na hangganan. Ipahid ang pinalo na itlog sa hangganan ng kuwarta. Gamit ang baking paper bilang isang tulong, tiklupin ang hangganan ng kuwarta sa ibabaw ng jam, kurutin ang anumang mga bitak sa kuwarta. I-slide ang baking paper na may galette papunta sa baking pan. I-brush ang tuktok ng kuwarta na may pinalo na itlog; budburan ng hilaw na asukal.

f) Maghurno ng galette , umiikot sa kalahati, hanggang sa malalim na ginintuang kayumanggi ang crust, 30–40 minuto.

g) Magpatakbo ng malaking spatula o kutsilyo sa pagitan ng tart at ng papel upang mailabas ang tart mula sa anumang jam na maaaring bumula. Hayaang lumamig nang lubusan sa isang kawali sa isang wire rack.

h) Gupitin sa mga wedges at ihain kasama ng ice cream, kung ninanais.

44. Almond at Savory Cheese Galette

MGA INGREDIENTS:
PARA SA PAGPUPUNO:
- 1 pound Roquefort o Camembert, pinalambot, at itinapon ang balat
- ¼ tasa ng mabigat na cream
- ¼ tasa ng tuyong puting alak
- 1 malaking pula ng itlog
- 2 kutsarang all-purpose na harina
- Asin at paminta para lumasa

PARA SA DOUGH:
- 3 tasang all-purpose na harina
- 2 kutsarang asukal
- ¼ kutsarita ng asin
- 1½ sticks malamig na unsalted butter, hiwa-hiwain (¾ cup)
- 2 malalaking itlog, pinalo ng mahina
- ¼ tasa ng hiniwang almendras, mas mainam na blanched, inihaw nang bahagya
- Isang egg wash na ginawa sa pamamagitan ng paghampas ng 1 malaking pula ng itlog na may 1 kutsarang tubig
- Mga pulang ubas bilang isang saliw

MGA TAGUBILIN:
GAWAIN ANG PAGPUPUNO:
a) Sa isang food processor, timpla ang Roquefort (o Camembert), hiwa-hiwain, cream, alak, pula ng itlog, harina, asin, at paminta hanggang sa makinis ang laman.

GAWIN ANG DOUGH:
b) Sa isang mangkok, pagsamahin ang harina, asukal, at asin.
c) Idagdag ang mantikilya at timpla ang timpla hanggang ito ay maging katulad ng isang magaspang na pagkain.
d) Haluin ang pinalo na itlog.
e) Sa ibabaw ng bahagyang floured, masahin ang kuwarta ng ilang segundo hanggang sa pinagsama.
f) Hatiin ang kuwarta sa kalahati, gawing bola ang bawat kalahati, at palamigin ang kuwarta, na nakabalot sa plastic wrap, sa loob ng 1 oras.

MAGTITIPON ANG GALETTE:

g) Sa ibabaw ng bahagyang floured, igulong ang bawat bola ng kuwarta sa 10-pulgadang bilog.
h) Pindutin ang isa sa mga bilog na dough sa ibaba at ¾ pulgada pataas sa gilid ng 9-inch round cake pan na may mantikilya.
i) Ikalat ang pagpuno nang pantay-pantay sa ilalim ng kuwarta gamit ang isang makitid na metal spatula.
j) Budburan ang palaman ng toasted sliced almonds.
k) Gamit ang dulo ng spatula, tiklupin ang gilid ng kuwarta sa ibabaw ng pagpuno.
l) Ayusin ang natitirang dough round sa ibabaw ng filling at pindutin ang gilid ng tuktok na round sa pagitan ng ilalim na round at gilid ng pan, na ikinakabit ang filling at tinatakan ang galette.
m) I-iskor ang tuktok sa isang pattern ng brilyante na may isang tinidor, i-brush ang kuwarta gamit ang egg wash, at palamigin ang galette nang hindi bababa sa 30 minuto at hanggang 8 oras.
n) Painitin muna ang oven sa 400°F.
o) Ihurno ang galette sa gitna ng preheated oven sa loob ng 50 hanggang 55 minuto o hanggang ito ay maging golden brown.
p) Hayaang lumamig sa kawali sa isang rack sa loob ng 10 minuto.
q) Patakbuhin ang isang manipis na kutsilyo sa gilid ng galette, ilabas ito nang maingat sa isang plato, at baligtarin ito sa rack.
r) Hayaang lumamig nang lubusan ang galette at ihain ito, gupitin sa manipis na mga wedge, kasama ang mga ubas.

45. Peach at Blackberry Galette na may mga Almendras

MGA INGREDIENTS:
DOUGH
- 1⅓ tasa ng all-purpose na harina
- 1 kutsarang asukal
- ½ kutsarita ng pinong sea salt
- 1 malaking itlog
- Malakas na cream, kung kinakailangan
- 2 kutsarita ng lemon juice
- ½ kutsarita gadgad ng lemon zest
- 1 stick ng unsalted butter, gupitin sa malalaking piraso

PAGPUPUNO
- 2 tasang hiniwang mga milokoton (binalatan o hindi, ayon sa gusto)
- 1 tasang blackberry
- ½ tasa light brown sugar
- 3½ kutsarang gawgaw
- 1 kurot na asin
- ½ lemon, zested at juice
- ¼ kutsarita almond extract (opsyonal)
- ¼ tasang hiniwang almendras
- 1 kutsarang butil na asukal

MGA TAGUBILIN:
PARA SA CRUST:
a) Sa food processor na nilagyan ng steel blade o malaking bowl, pulso o paghaluin ang harina, asukal, at asin. Sa isang measuring cup, bahagyang talunin ang itlog, pagkatapos ay magdagdag ng sapat na cream para umabot sa ⅓ cup. Banayad na paghaluin ang itlog at cream.

b) Magdagdag ng mantikilya sa pinaghalong harina at pulso o gumamit ng pastry cutter o ang iyong mga daliri upang masira ang mantikilya. Kung gumagamit ng food processor, huwag mag-over-process; kailangan mo ng chickpea-size na mga tipak ng mantikilya.

c) Ibuhos ang pinaghalong itlog (hanggang ¼ tasa) sa masa at pulso o haluin hanggang sa magsimula na itong magsama-sama ngunit karamihan ay malalaking mumo pa rin.

d) Ihalo sa lemon juice at zest.
e) Ilagay ang kuwarta sa isang bahagyang floured counter at tapikin ito upang makagawa ng isang pare-parehong piraso. I-flatte sa isang disk, balutin sa plastic, at palamigin ng 2 oras o hanggang 3 araw.
f) Painitin ang oven sa 400°F. Igulong ang kuwarta sa isang 12-pulgadang bilog (maaari itong punit-punit).
g) Ilipat sa isang rimmed baking sheet na nilagyan ng parchment paper at palamigin habang inihahanda ang pagpuno.

PARA SA PAGPUPUNO:
h) Sa isang malaking mangkok, paghaluin ang mga peach at blackberry, light brown sugar, cornstarch, isang kurot ng asin, lemon juice at zest, at almond extract.

PARA MAGTITIPON:
i) Itambak ang pinaghalong prutas sa bilog ng kuwarta, mag-iwan ng 1½-pulgada na hangganan.
j) Dahan-dahang tiklupin ang pastry sa ibabaw ng prutas, i-pleating para hawakan ito (sloppy is fine).
k) I-brush ang pastry nang sagana sa natitirang itlog at cream mixture. Budburan ng almond at granulated sugar sa ibabaw.
l) Maghurno para sa 35-45 minuto, hanggang sa ang pagpuno ay bula nang malakas at ang crust ay ginintuang.
m) Palamigin nang hindi bababa sa 20 minuto sa isang wire rack. Ihain nang mainit o sa temperatura ng kuwarto.

46. Cranberry Walnut Galette

MGA INGREDIENTS:
- 1 single-crust pie dough

CRANBERRY WALNUT FILLING
- 2 tasang buong cranberry
- ⅔ tasa ng asukal
- 1 ¼ kutsarita ng corn starch
- kurot ng nutmeg
- kurot ng asin
- ¼ kutsarita na gadgad na sariwang orange na balat o ½ kutsarang orange na liqueur
- ¼ tasa tinadtad na mga walnuts

EGG WASH
- 1 itlog
- 1 kutsarang tubig
- ¼ kutsarita ng kanela

MGA TAGUBILIN:
a) Ilagay ang 1½ tasa ng cranberry sa isang food processor at pulso hanggang sa magaspang na tinadtad. Sa isang katamtamang mangkok, ihalo ang tinadtad at buong cranberry sa natitirang mga sangkap para sa pagpuno.
b) Hatiin ang iyong pastry crust sa apat na pantay na bahagi. Igulong ang bawat bahagi sa isang bilog na humigit-kumulang ¼ pulgada ang kapal. Maglagay ng mga bilog sa isang baking sheet na nilagyan ng parchment paper. I-brush ang mga panlabas na gilid gamit ang egg wash. Upang hugasan ang itlog, haluin ang isang buong itlog at 1 kutsarang tubig.
c) Magbunton ng pagpuno sa gitna na nag-iiwan ng 1½ pulgada sa paligid ng mga gilid.
d) Tiklupin ang mga gilid pataas at kurutin ang mga ito upang makagawa ng parang mangkok na pastry. (Inilagay ko ang solidong bahagi ng pagpuno, pagkatapos ay tiniklop ang mga gilid, at pagkatapos ay binuhusan ang likido sa gitna). I-brush ang labas ng egg wash at budburan ito ng asukal.
e) I-freeze sa loob ng 1 oras o hanggang handa na i-bake.
f) Maghurno ng 10 minuto sa 425°F at pagkatapos ay sa loob ng 10 minuto sa 375°F (o hanggang sa ginintuang labas).

47. Chocolate Pecan Galette

MGA INGREDIENTS:
- 1 pie crust na gawang bahay o binili sa tindahan
- 2 kutsarang mantikilya
- ⅓ tasa ng dark brown sugar
- ½ kutsarita ng apple cider vinegar
- ¼ tasa ng maple syrup
- 1 malaking itlog
- 3 kutsarang Dutch process cocoa
- 1 tasang pecan
- ½ tasang chocolate chips
- Kurutin ang asin sa dagat

MGA TAGUBILIN:
TOAST THE PECANS:
a) Painitin ang hurno sa 350 F at ikalat ang mga pecan sa isang baking sheet. Kung sila ay hilaw, i-toast ang mga ito sa loob ng 10 minuto. Kung sila ay inihaw na, i-toast ang mga ito para sa lima.
b) Siguraduhin na ang mga ito ay cool bago sila pumunta sa pagpuno.

GAWAIN ANG PAGPUPUNO:
c) Pagsamahin ang asukal, syrup, tinunaw na mantikilya, at kakaw sa isang kaldero sa katamtamang init hanggang sa ito ay makinis.
d) Kapag lumamig na, tiklupin ang itlog pagkatapos ay ang suka, chocolate chips, at pecans.

MAGTITIPON ANG GALETTE:
e) Painitin muna ang hurno sa 400 F. Lalagyan ng parchment paper ang isang cookie sheet.
f) Sa isang bahagyang floured counter, igulong ang kuwarta hanggang sa magkaroon ka ng bilog na humigit-kumulang 14-15 pulgada (diameter). I-scoop ang pagpuno sa gitna at ikalat ito, na nag-iiwan ng dalawang pulgadang hangganan.
g) I-fold ang crust sa ibabaw ng filling, huwag mag-alala kung hindi ito mukhang perpekto ngunit siguraduhin na ito ay mahigpit na selyado upang walang sinuman sa mga punan ang maaaring tumulo. I-brush ito ng egg wash at budburan ng asukal sa ibabaw. I-bake ito ng 30 minuto.
h) Ihain nang mainit, na may ice cream.

48. Glazed Peach Galette Sa Cashew Cream

MGA INGREDIENTS:
- 1 tasang hindi pinaputi na malambot na harina ng trigo
- 1 tasang malambot na buong harina ng trigo
- ¼ kutsarita ng asin sa dagat
- 1 kutsarita ng asukal sa tubo na hindi pinaputi
- 2 itlog
- ½ tasang margarin

PAGPUPUNO
- 6 na organikong mga milokoton
- 2 kutsarang maple syrup
- ¼ kutsarita ng purong vanilla extract
- sesame seeds (opsyonal)

CREAM
- ½ tasang hilaw na kasoy na ibinabad sa loob ng 1-2 oras
- ½ lemon juiced
- ¼ tasa na na-filter na tubig
- 2 kutsarang maple syrup
- kurot ng sea salt

MGA TAGUBILIN:
a) Sa isang medium mixing bowl, paghaluin ang harina, asin, asukal, itlog, at margarine hanggang sa maging bola ng kuwarta. Gamitin ang iyong (malinis) na mga kamay ⏵ Kung ito ay masyadong basa, magdagdag ng kaunting harina, kung ito ay masyadong tuyo, maaari kang magdagdag ng kaunting tubig.
b) Panatilihin ang kuwarta sa mangkok, takpan ito, at ilagay ito sa refrigerator sa loob ng 15 minuto upang lumamig habang inihahanda mo ang pagpuno.
c) Balatan at hiwain ang lahat ng mga milokoton, ilagay ang mga ito sa isang mangkok, at ibuhos ang maple syrup at banilya. Haluing mabuti para matakpan lahat.
d) Ilabas ang kuwarta sa iyong malinis na countertop, o anumang iba pang malinis na malaking ibabaw, na may harina sa ibabaw nito upang hindi ito dumikit, at gamit ang isang roller o bote, pindutin ang kuwarta hanggang sa maging manipis ito hangga't maaari mo

itong makuha. Ito ay hindi kailangang maging sobrang manipis at ang pagiging perpekto ay hindi kailangan dito.

e) Subukang panatilihin itong medyo bilog, ilagay ito sa isang cookie sheet na may parchment paper, pagkatapos ay ibuhos ang peach mixture sa gitna at tiklupin ang mga gilid ng kuwarta sa buong paligid.
f) Gumamit ng ilan sa peach at maple syrup juice upang i-coat ang mga gilid ng kuwarta.
g) Maghurno sa isang 425F oven para sa mga 25-30 minuto, depende sa kung gaano kalaki ang iyong pie, at kung gaano kakapal ang iyong kuwarta.
h) Upang gawin ang cashew cream, ilagay lang ang lahat ng sangkap sa iyong high-powered blender, at haluin hanggang sa ganap na makinis.
i) Ihain ang pie nang mainit o malamig, na may drizzled cashew cream sa ibabaw.

49.Rhubarb Rose at Strawberry Pistachio Galettes

MGA INGREDIENTS:
PISTACHIO PIE CRUST
- 1 tasang malamig, unsalted na mantikilya (2 sticks)
- 2 ½ tasang all-purpose na harina
- 2 kutsarang butil na asukal
- 2 kutsarita ng asin
- ¼ tasa ng malamig na yelo na vodka
- 2-4 na kutsarang malamig na tubig
- ½ tasa ng pinong tinadtad na pistachios (hindi inasnan)

RHUBARB ROSES
- 3 tangkay ng rhubarb
- 1 ½ tasa ng asukal
- 1 ½ tasang tubig
- 3-5 patak ng katas ng rosas

STRAWBERRY FILLING
- 1 pint na sariwang strawberry (hiniwa)
- 1 lemon zest at juice
- ½ tasang asukal
- 1 kutsarang tapioca starch

EGG WASH
- 1 itlog
- 2-3 kutsarang sparkling na asukal (o hilaw na asukal)
- Cook Mode Pigilan ang pagdilim ng iyong screen

MGA TAGUBILIN:
PISTACHIO PIE CRUST
a) Sa isang food processor, pulso ang mga pistachio na may humigit-kumulang 1 kutsara ng harina nang magkasama hanggang sa sila ay makinis na tinadtad. Ilipat sa isang mangkok at itabi.

b) Gupitin ang mantikilya sa ¼"- ½" na mga cube at ilagay muli sa refrigerator o freezer upang matibay ang back up ng ilang minuto.

c) Ilagay ang harina, asukal, at asin sa isang mangkok ng paghahalo na may mataas na panig at haluin nang magkasama.

d) Kung mayroon kang food processor, maaari mo itong gamitin sa paghahalo ng pie dough.

e) Ilagay ang pinaghalong harina at cubed butter sa isang food processor. Dahan-dahang pulso hanggang sa ang harina ay magbago mula sa malasutla sa parang mealy; ito ay dapat lamang tumagal ng isang dakot ng mga pulso kaya bantayan ito ng mabuti.
f) Habang pumipintig, dahan-dahang ibuhos ang vodka sa pamamagitan ng feed tube hanggang sa pinagsama. Sa puntong ito, gusto kong gawing malaking mangkok ng paghahalo ang gumuhong kuwarta upang suriin ang antas ng hydration ng kuwarta sa pamamagitan ng pagtitipon ng isang maliit na kamao; kung magkadikit, handa na. Kung ito ay tuyo o gumuho, dahan-dahang idagdag ang natitirang tubig, 1 kutsara sa isang pagkakataon. Subukan ang kuwarta sa pamamagitan ng pagkurot nito paminsan-minsan.
g) Kapag ang masa ay nagsimulang magkadikit, tiklupin ang tinadtad na pistachio hanggang sa ganap na maisama.
h) Buuin ang kuwarta sa apat na disk para sa mas maliliit na 6" galette o dalawang disk para sa mas malalaking 10" galette, at ibalot ang mga ito nang paisa-isa sa plastic.
i) Palamigin nang hindi bababa sa 1 oras bago i-roll at mabuo.

RHUBARB ROSES

j) Gamit ang isang maliit na kutsilyo, maingat na hiwain ang mga tangkay ng rhubarb, pahaba, sa manipis at mahabang laso na humigit-kumulang ⅛" ang kapal.
k) Magdagdag ng tubig at asukal sa isang malawak na ilalim na palayok at pakuluan sa medium-low na ulo. Hinahalo hanggang ang asukal ay ganap na matunaw. Pagkatapos ay pukawin ang ilang patak ng katas ng rosas.
l) Idagdag ang mga rhubarb ribbons sa mga batch at kumulo sa katamtamang mababang init ng humigit-kumulang 45 segundo hanggang sa magsimula silang maging malambot at malambot ngunit bago ito maging gummy. Ilipat sa isang baking sheet na nilagyan ng mga tuwalya ng papel.
m) Kapag ang mga ribbons ay lumamig, maaari mong simulan ang paghubog ng mga rosas. Magsimula sa pamamagitan ng paghawak sa isang dulo sa pagitan ng iyong hinlalaki at hintuturo, pagkatapos ay mahigpit na balutin ang iyong hintuturo hanggang sa

magsimulang mabuo ang hugis ng rosas. Kapag may natitira ka pang ½" na laso, dahan-dahang isuksok ito sa gitna para hawakan ang hugis ng rosas. Ilagay muli ang mga rosas sa may linyang baking sheet. Ulitin sa lahat ng mga ribbon.

STRAWBERRY FILLING

n) Hiwain ang mga strawberry na ¼" -½" na bilog at ilagay sa isang mixing bowl.

o) Idagdag ang zest at juice ng isang limon, budburan ng asukal, at ihagis sa coat. Haluin ang tapioca starch at hayaang umupo ng 15 minuto.

PAGBUO NG MGA GALETTES

p) Igulong ang mas maliliit na dough disk sa 8" round o ang mas malalaking disks sa 12"-14" round na humigit-kumulang ⅛" - ¼" ang kapal.

q) Dahan-dahang ikalat ang mga strawberry nang pantay-pantay sa gitna ng mga pastry round, na nag-iiwan ng 2" na hangganan para sa maliliit na galet o isang 3" na hangganan para sa mas malalaking galet , sa buong paligid.

r) Maingat na iangat at tiklupin ang gilid pataas at sa ibabaw ng filling, na nagpapahintulot sa masa na natural na pumutok sa 2" na pagitan habang ikaw ay nakatiklop. Dapat itong putik ng 8 beses habang ginagawa mo ang iyong paraan.

s) Itaas ang nakalantad na strawberry mixture na may bouquet ng rhubarb roses.

t) Ilagay ang mga galette sa may linyang baking sheet, dalawang maliit na galette / sheet o isang malaking galette / sheet.

u) Painitin muna ang hurno sa 375° at palamigin ang mga galet sa loob ng 10-15 minuto habang umiinit ang hurno.

v) Paghaluin ang mga itlog nang magkasama sa isang maliit na mangkok. Banayad na i-brush ang timpla sa kuwarta at budburan ng sparkling na asukal.

w) Maghurno ng 35-40 minuto, paikutin ang mga kawali sa kalahati. Ang crust ay dapat na malalim na ginintuang kayumanggi at ang prutas ay dapat malambot.

x) Hayaang lumamig bago ihain. Budburan ng ilang buong pistachio upang magdagdag ng kulay at langutngot. Hiwain sa mga wedges upang ihain.

y) Gumawa ng maliit na tin foil tent para sa bawat galette at takpan para sa fruity center (iiwanang nakalabas ang gilid ng kuwarta) sa unang 25 minuto. Alisin ang mga tolda para sa huling 10 minuto ng pagluluto.

50. Apple at Hazelnut Galette

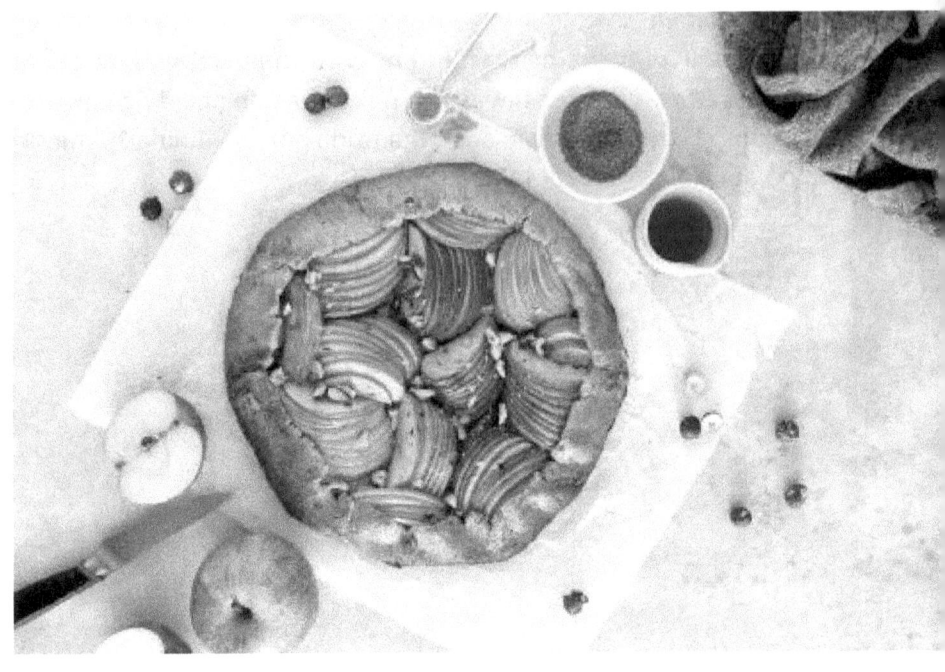

MGA INGREDIENTS:
- 50g light brown soft sugar, dagdag pa para sa pagwiwisik
- ½ lemon, zested at juice
- 1 kutsarang harina ng mais
- 1 kutsarang maple syrup
- 3 Bramley na mansanas, binalatan, itinadtad, hiniwa at hiniwa ng manipis
- 20g hazelnuts, halos tinadtad
- double cream, upang ihain

PARA SA PASTRY
- 80 g ng mga hazelnut
- 2 kutsarang icing sugar
- 125g na spelling na harina
- 175g plain flour, dagdag pa para sa pag-aalis ng alikabok
- 150g malamig na mantikilya, cubed
- 1 itlog, pinalo

MGA TAGUBILIN:

a) Una, gawin ang pastry. I-blit ang mga hazelnut at asukal sa isang food processor hanggang sa makinis na tinadtad.

b) Idagdag ang nabaybay at plain na harina, mantikilya, at isang magandang pakurot ng asin, at blitz muli hanggang sa lahat ng mantikilya ay maisama at ang timpla ay mabuhangin.

c) Habang tumatakbo ang motor, ibuhos ang 1-2 kutsara ng malamig na tubig hanggang sa magsimulang mabuo ang kuwarta sa mga kumpol.

d) Pisil ng kaunti sa pagitan ng iyong mga daliri - kung sa tingin mo ay magkakasama ito, ilagay ang timpla sa ibabaw ng iyong trabaho at masahin sandali upang maging bola. Hugis sa isang disc, balutin, at palamigin sa loob ng 30 minuto o magdamag.

e) Kung ang pastry ay pinalamig nang mas mahaba kaysa sa 30 minuto, hayaan itong dumating sa temperatura ng silid sa loob ng 20 minuto bago i-roll. Paghaluin ang brown sugar, lemon zest, corn flour, at maple syrup sa isang malaking mangkok. Idagdag ang mga mansanas at ihalo nang mabuti. Itabi habang inilalabas mo ang pastry.

f) Painitin ang oven sa 180C/160C fan/gas 4. Lagyan ng alikabok ang isang sheet ng baking parchment na sapat ang laki para lagyan ng harina ang isang malaking baking tray, pagkatapos ay igulong ang pastry sa halos 30cm na bilog sa ibabaw ng parchment.
g) Ang pastry ay mabibitak at madudurog nang kaunti habang iginugulong mo ito, ngunit patuloy lang na itulak pabalik ang mga gilid – huwag mag-alala kung mukhang rustic ito. I-slide ang pastry sa parchment nito papunta sa baking tray. Itambak ang mga hiwa ng mansanas sa Gitna ng bilog ng pastry gamit ang iyong mga kamay, hayaan ang anumang labis na syrup na tumulo pabalik sa mangkok tulad ng ginagawa mo (i-save ang syrup para sa ibang pagkakataon). Siguraduhing mag-iwan ng malinaw na 2cm na hangganan sa paligid ng gilid.
h) Gamitin ang baking parchment upang tulungan kang iangat ang mga gilid ng pastry sa ibabaw ng mga mansanas, na iniiwan ang karamihan sa mga mansanas na nakalantad.
i) Pagsama-samahin ang anumang mga bitak sa gilid para makagawa ng rustic pastry border.
j) I-brush ang gilid ng pastry na may ilang pinalo na itlog, budburan ng kaunting brown sugar, at ikalat ang mga hazelnut. Maghurno ng 50-55 minuto hanggang mag-golden brown.
k) Samantala, ibuhos ang anumang natirang syrup mula sa mga mansanas sa isang maliit na kasirola at bula sa loob ng ilang minuto hanggang sa syrupy. Kapag luto na ang galette at mainit pa, i-brush ang syrup sa ibabaw.
l) Iwanan upang lumamig nang hindi bababa sa 30 minuto, pagkatapos ay ihain nang mainit na may malamig na cream.

HERB GALETTES

51. Golden Tomato at Basil Galette

MGA INGREDIENTS:
PARA SA GALETTE DOUGH:
- 1 ¼ tasa ng all-purpose na harina
- ½ kutsarita ng asin
- ½ tasang unsalted butter, malamig at gupitin sa maliliit na cubes
- 2 hanggang 4 na kutsarang tubig ng yelo

PARA SA PAGPUPUNO:
- 3 tasang ginintuang cherry tomatoes, hinati
- 1 tasa sariwang dahon ng basil, tinadtad
- 1 tasang mozzarella cheese, ginutay-gutay
- 2 kutsarang langis ng oliba
- 2 cloves ng bawang, tinadtad
- Asin at paminta para lumasa

PARA SA ASSEMBLY:
- 1 itlog, pinalo (para sa paghugas ng itlog)
- Grated Parmesan cheese (opsyonal, para sa topping)

MGA TAGUBILIN:
GALETTE DOUGH:
a) Sa isang food processor, pagsamahin ang harina at asin. Idagdag ang malamig, nakakubo na mantikilya at pulso hanggang ang timpla ay kahawig ng mga magaspang na mumo.
b) Dahan-dahang magdagdag ng tubig ng yelo, isang kutsara sa isang pagkakataon, at pulso hanggang sa magkadikit ang masa. Mag-ingat na huwag mag-over-process.
c) Ilagay ang kuwarta sa ibabaw ng harina, hubugin ito sa isang disk, balutin ito ng plastic wrap, at palamigin nang hindi bababa sa 30 minuto.

PAGPUPUNO:
d) Painitin muna ang iyong oven sa 375°F (190°C).
e) Sa isang mangkok, ihagis ang kalahating ginintuang cherry tomato na may tinadtad na basil, mozzarella, olive oil, tinadtad na bawang, asin, at paminta. Haluin hanggang sa maayos na pinagsama.

ASSEMBLY:
f) Igulong ang pinalamig na kuwarta sa ibabaw na may harina sa isang bilog na mga 12 pulgada ang lapad.

g) Ilipat ang rolled-out dough sa isang baking sheet na nilagyan ng parchment.
h) Kutsara ang tomato at basil filling sa gitna ng kuwarta, mag-iwan ng mga 2 pulgada ng kuwarta sa paligid ng mga gilid.
i) Tiklupin ang mga gilid ng kuwarta sa ibabaw ng pagpuno, na lumilikha ng rustic, libreng hugis na hugis.
j) I-brush ang mga gilid ng kuwarta gamit ang pinalo na itlog upang bigyan ito ng ginintuang pagtatapos.
k) Opsyonal, magwiwisik ng ilang gadgad na Parmesan cheese sa ibabaw.

PAGBABA:
l) Maghurno sa preheated oven para sa 30-35 minuto o hanggang ang crust ay ginintuang kayumanggi, at ang mga kamatis ay malambot.
m) Alisin sa oven at hayaang lumamig ng ilang minuto bago hiwain.
n) Ihain nang mainit at tamasahin ang iyong masarap na Golden Tomato at Basil Galette !

52. Thyme-Scented Apple Galette

MGA INGREDIENTS:
PARA SA PASTRY DOUGH:
- 1½ tasang all-purpose na harina
- ¼ tasa ng asukal sa mga confectioner
- 1 kutsarita ng asin
- 1½ sticks malamig na unsalted butter, hiwa-hiwain (¾ cup)
- 1 malaking pula ng itlog
- 2 kutsarang malamig na tubig

PARA SA GLAZE:
- 4 medium Gala o Empire mansanas (mga 2 pounds)
- ¼ tasa puting alak
- ⅓ tasa ng asukal
- ½ tasang puting alak
- ½ tasang apple jelly
- ¼ tasa na maluwag na naka-pack na sariwang thyme sprigs
- Palamuti: Mga sariwang thyme sprigs at 1 kutsarang sariwang dahon ng thyme

MGA TAGUBILIN:
PARA SA PASTRY DOUGH:
a) Sa isang mangkok, paghaluin ang harina, asukal sa mga confectioner, at asin.
b) Gamit ang isang pastry blender o mga daliri, timpla sa mantikilya hanggang ang timpla ay maging katulad ng isang magaspang na pagkain.
c) Sa isang maliit na mangkok, paghaluin ang pula ng itlog at malamig na tubig.
d) Idagdag ang yolk mixture sa pinaghalong harina, isang kutsara sa isang pagkakataon, ihagis upang isama hanggang ang timpla ay bumubuo ng isang kuwarta.
e) Sa ibabaw ng trabaho, pahid ang kuwarta pasulong gamit ang takong ng iyong kamay nang ilang beses upang mabuo ang gluten sa harina at gawing mas madaling gamitin ang kuwarta.
f) I-scrape ang kuwarta upang bumuo ng isang bola at patagin ito sa isang 1-pulgada na kapal na disk.

g) Palamigin ang kuwarta, na nakabalot sa plastic wrap, sa loob ng 30 minuto.

PARA SA GALETTE:
h) Hatiin at ubusin ang mga mansanas (huwag alisan ng balat) at gupitin nang crosswise sa ¼-inch na hiwa.
i) Sa isang malaking mangkok, malumanay na ihagis ang mga hiwa ng mansanas na may alak.
j) Painitin muna ang oven sa 400°F.
k) Sa ibabaw ng bahagyang floured, igulong ang kuwarta sa isang 15-pulgadang bilog at ilipat ito sa isang malaking baking sheet.
l) Tiklupin ang gilid ng 1 pulgada sa paligid upang bumuo ng hangganan.
m) Ayusin ang mga hiwa ng mansanas sa pastry round sa magkakapatong na concentric na bilog.
n) I-brush ang mga hiwa ng mansanas at pastry border na may natitirang alak sa mangkok at budburan ng asukal.
o) Ihurno ang galette sa loob ng 45 minuto o hanggang ang mga mansanas ay malambot at ang hangganan ng pastry ay ginintuang.
p) Palamigin ang galette sa baking sheet sa isang rack.

PARA SA GLAZE:
q) Sa isang maliit na kasirola, pakuluan ang alak na may halaya at thyme hanggang sa ang likido ay mabawasan ng kalahati, mga 15 minuto.
r) Alisin ang thyme gamit ang isang slotted na kutsara at i-brush ang mainit na glaze sa ibabaw ng mga hiwa ng mansanas.
s) Palamutihan ang galette ng thyme sprigs at dahon.
t) Ihain at tamasahin ang iyong Thyme-Scented Apple Galette!

53.Courgette , Tarragon at Thyme Galette

MGA INGREDIENTS:
PARA SA PASTRY:
- 350g plain flour, dagdag pa para sa pag-aalis ng alikabok
- ½ kutsarita ng caster sugar
- 250g malamig na mantikilya, gupitin sa mga cube

PARA SA PAGPUPUNO:
- 4 na malalaking pulang sibuyas, hiniwa sa mga bilog na 2-3mm ang kapal
- 1 kutsarang langis ng oliba
- 1 kutsaritang dahon ng thyme, dagdag pa para sa pagwiwisik
- 10g tarragon, mga dahon ay kinuha at halos tinadtad
- 3 katamtamang courgettes, hiniwa sa mga bilog na 3mm ang kapal
- 1 itlog, pinalo

MGA TAGUBILIN:
a) Upang gawin ang pastry, salain ang harina sa isang mangkok at pukawin ang isang kurot ng asin at asukal. Kuskusin ang mantikilya sa harina gamit ang iyong mga daliri hanggang ang timpla ay maging katulad ng mga magaspang na mumo ng tinapay.

b) Gamit ang cutlery knife, haluin ang sapat na malamig na tubig upang pagsamahin ang pastry sa isang masa (maaari kang gumamit ng hanggang 5-6 na kutsara). Buuin ang kuwarta sa isang bola at patagin ito sa isang disc. I-wrap at palamigin sa ref ng 30 mins.

c) Para sa pagpuno, lutuin ang mga sibuyas na may mantika at dahon ng thyme sa isang kawali sa katamtamang init sa loob ng 20 minuto hanggang sa lumambot ang mga sibuyas at maging translucent ngunit hindi kulay. Timplahan, alisin sa apoy, at hayaang lumamig.

d) Painitin ang hurno sa 200C/180C fan/gas 6. Igulong ang pinalamig na pastry sa ibabaw ng bahagyang nilagyan ng harina sa isang malaking parihaba, humigit-kumulang 3mm ang kapal.

e) Ilipat ang pastry rectangle sa isang malaking baking tray, sandok ang pagpuno ng sibuyas sa gitna, at ikalat ito nang pantay-pantay, na nag-iiwan ng 5cm na hangganan sa paligid ng mga gilid.

f) Iwiwisik ang tarragon, pagkatapos ay ayusin ang mga hiwa ng courgette sa ibabaw ng mga sibuyas sa magkakapatong na hanay. Timplahan ang mga courgettes at budburan ng dagdag na thyme.
g) Tiklupin ang mga gilid ng pastry upang magkapatong ang mga ito sa gilid ng pagpuno, na iniiwan ang gitnang nakalabas. Dahan-dahang pindutin ang pastry folds pababa sa mga sulok upang ma-secure ang mga ito, pagkatapos ay i-brush ang pastry gamit ang pinalo na itlog.
h) Ihurno ang galette sa loob ng 40-50 minuto hanggang ang pastry ay maging golden brown at ang courgettes ay malambot at bahagyang ginintuang. Iwanan upang palamig at patigasin ng ilang minuto bago ihain.

54. Rosemary Apple Galette

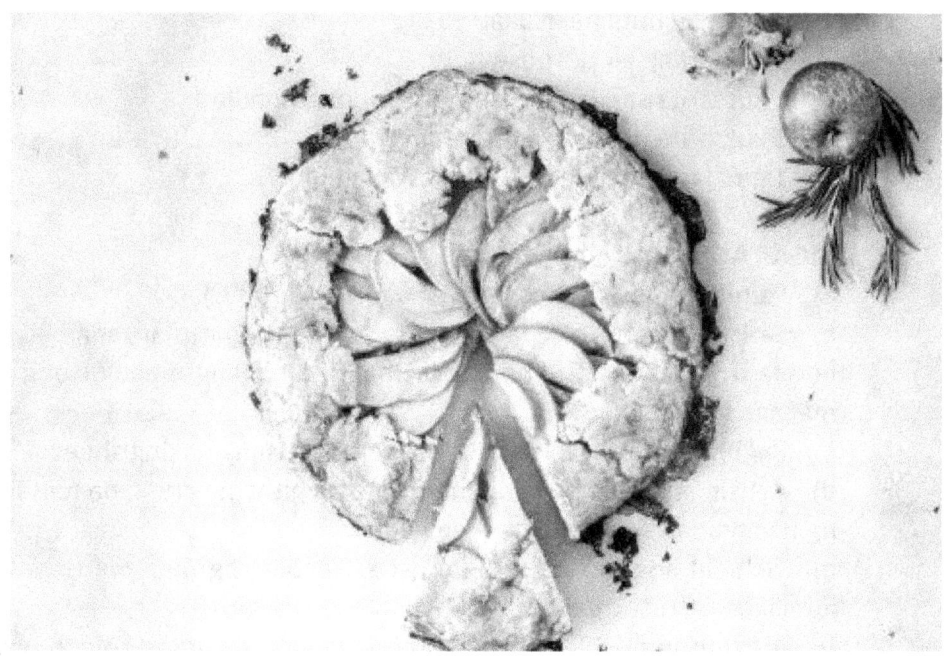

MGA INGREDIENTS:
- 4-5 katamtamang laki ng mansanas, hiniwa nang manipis
- ⅓ tasa ng butil na asukal
- 1 kutsarang all-purpose flour
- 1 kutsarita sariwang rosemary, pinong tinadtad
- 1 kutsarita ng lemon zest
- 1 pinalamig na pie crust (o gawang bahay)

MGA TAGUBILIN:

a) Painitin muna ang iyong oven sa 375°F (190°C).

b) Sa isang mangkok, pagsamahin ang hiniwang mansanas, asukal, harina, rosemary, at lemon zest. Ihagis hanggang mabalot ang mga mansanas .

c) Pagulungin ang pie crust at ilagay ito sa isang baking sheet.

d) Ayusin ang mga hiwa ng mansanas sa gitna ng crust, na nag-iiwan ng hangganan sa paligid ng mga gilid.

e) Tiklupin ang mga gilid ng crust sa ibabaw ng mga mansanas, na lumilikha ng rustic galette na hugis.

f) Maghurno ng 30-35 minuto o hanggang sa maging golden brown ang crust at malambot na ang mansanas.

g) lumamig nang bahagya ang galette bago ihain.

55.Pear Sage Galette

MGA INGREDIENTS:
CRUST:
- 1 ½ tasang all-purpose na harina
- 2 kutsarang butil na asukal
- 1 kutsarita ng baking powder
- ⅛ kutsarita ng asin
- 3 kutsarang orange-flavored olive oil
- 3 kutsarang masangsang na olive oil
- 4 ½ kutsara/67ml malamig na tubig

PAGPUPUNO:
- 4/700 g Bosc Pears
- 2 kutsara/30ml lemon juice
- 3 kutsara/38g brown sugar
- 2 kutsara/15g all-purpose na harina
- 2 dahon ng sambong

GLAZE:
- 1 puti ng itlog
- 1 kutsara/15ml na tubig
- 1 kutsara/13g granulated sugar

MGA TAGUBILIN:
GUMAWA NG CRUST
a) Pagsamahin ang harina, asukal, baking powder, at asin. Gupitin ang mga olive oil gamit ang dalawang kutsilyo (gumamit ng cross angle) o isang pastry blender.

b) Kapag ang langis ng oliba ay nasa mga kumpol na kasing laki ng gisantes, magdagdag ng tubig at gupitin nang katulad hanggang ang pastry ay maging malabo na masa. Kung ang pastry ay hindi nagsasama-sama maaari kang magdagdag ng higit pang tubig ½ kutsara sa isang pagkakataon.

c) Gamit ang iyong mga kamay, buuin ang pastry sa isang pinagsama-samang masa. Takpan ng plastic wrap at palamigin nang hindi bababa sa 1 oras.

IHANDA ANG PAGPUPUNO
d) Hatiin ang mga peras sa ⅛" na makapal na piraso nang pahaba (iwang nakabukas ang balat).

e) Maghiwa ng 2 dahon ng sambong.
f) Ihagis ang mga peras na may minced sage, lemon juice, brown sugar, at harina.
g) Itabi.
h) Painitin muna ang oven sa 350F.
i) I-role ang pastry sa pagitan ng dalawang sheet ng lightly floured parchment sa isang 14-16" na bilog na ¼" ang kapal. Gumamit ng plato para mag-trace ng perpektong bilog o mag-iwan ng mga gilid para sa simpleng hitsura.
j) Alisin ang tuktok na layer ng parchment. Ilagay ang rolled pastry sa isang baking sheet - iiwan ang ilalim na layer ng parchment kung ano ito. Ok lang kung ang mga gilid ng pastry ay nasa gilid ng sheet sa puntong ito.
k) Ibunton o maingat na ayusin ang pinaghalong peras sa gitnang 10" o 11" ng pastry. Patag sa halos parehong kapal sa kabuuan. Gamit ang parchment upang makatulong sa pag-angat, tiklupin ang mga gilid ng pastry sa ibabaw ng mga peras upang bumuo ng 6 na gilid (hilahin ang parchment pabalik nang patag pagkatapos).
l) Pindutin ang mga bahagi ng magkakapatong upang pagsamahin ang mga ito.
m) Laktawan ang hakbang na ito kung gumagawa ng vegan. Haluin ang puti ng itlog na may tubig. I-brush nang bahagya ang lahat ng nakalantad na pastry. Budburan ng pinong layer ng granulated sugar sa itaas.
n) Maghurno sa loob ng 40-50 minuto, hanggang sa maging golden-brown ang pastry at bumubula ang laman. Hayaang lumamig ng hindi bababa sa 20 minuto bago ihain.
o) Mahusay na may isang maliit na piraso ng crème fraiche o whipped cream.

56.Pea, Ricotta at Dill Galette

MGA INGREDIENTS:
PARA SA PARMESAN PASTRY:
- 1 ¼ tasa ng all-purpose na harina
- ½ tasang unsalted butter, malamig at gupitin sa maliliit na cubes
- ¼ tasa gadgad na Parmesan cheese
- ¼ kutsarita ng asin
- 2 hanggang 4 na kutsarang tubig ng yelo

PARA SA PAGPUPUNO:
- 2 tasang sariwa o frozen na mga gisantes, lasaw
- 1 tasang ricotta cheese
- ¼ tasa gadgad na Parmesan cheese
- 2 tablespoons sariwang dill, tinadtad
- Sarap ng isang lemon
- Asin at paminta para lumasa

PARA SA ASSEMBLY:
- 1 itlog, pinalo (para sa paghugas ng itlog)
- Extra Parmesan cheese para sa pagwiwisik (opsyonal)

MGA TAGUBILIN:
PARMESAN PASTRY:
a) Sa isang food processor, pagsamahin ang harina, gadgad na Parmesan, at asin. Idagdag ang malamig, nakakubo na mantikilya at pulso hanggang ang timpla ay kahawig ng mga magaspang na mumo.
b) Dahan-dahang magdagdag ng tubig ng yelo, isang kutsara sa isang pagkakataon, at pulso hanggang sa magkadikit ang masa. Mag-ingat na huwag mag-over-process.
c) Ilagay ang kuwarta sa ibabaw ng harina, hubugin ito sa isang disk, balutin ito ng plastic wrap, at palamigin nang hindi bababa sa 30 minuto.

PAGPUPUNO:
d) Painitin muna ang iyong oven sa 375°F (190°C).
e) Sa isang mangkok, paghaluin ang mga gisantes, ricotta cheese, grated Parmesan, tinadtad na dill, lemon zest, asin, at paminta.

ASSEMBLY:
f) Igulong ang pinalamig na Parmesan pastry sa ibabaw ng harina sa isang bilog na humigit-kumulang 12 pulgada ang lapad.
g) Ilipat ang rolled-out dough sa isang baking sheet na nilagyan ng parchment.
h) Kutsara ang pea at ricotta filling sa gitna ng kuwarta, mag-iwan ng humigit-kumulang 2 pulgada ng kuwarta sa paligid ng mga gilid.
i) Tiklupin ang mga gilid ng kuwarta sa ibabaw ng pagpuno, na lumilikha ng rustic, libreng hugis na hugis.
j) I-brush ang mga gilid ng kuwarta gamit ang pinalo na itlog upang bigyan ito ng ginintuang pagtatapos. Opsyonal, budburan ng dagdag na Parmesan cheese sa ibabaw.

PAGBABA:
k) Maghurno sa preheated oven para sa 30-35 minuto o hanggang sa ang crust ay ginintuang kayumanggi, at ang pagpuno ay nakatakda.
l) Alisin sa oven at hayaang lumamig ng ilang minuto bago hiwain.
m) Ihain nang mainit at tamasahin ang iyong Pea, Ricotta, at Dill Galette na may Parmesan Pastry!

57. Asparagus at Chive Galette

MGA INGREDIENTS:
PARA SA CRUST:
- 1 ½ tasa (180g) King Arthur Unbleached All-Purpose Flour
- ½ kutsarita ng table salt
- 2 onsa (57g) cream cheese, malamig
- 4 na kutsara (57g) unsalted butter, malamig
- 4 hanggang 6 na kutsara (57g hanggang 85g) na tubig, malamig

PARA SA PAGPUPUNO:
- 1 katamtamang bungkos ng asparagus
- 2 hanggang 3 kutsara (25g hanggang 35g) langis ng oliba
- ¾ tasa (170g) ricotta cheese
- 1 malaking itlog
- ½ tasa (57g) gadgad na Parmesan cheese, hinati
- ¼ tasa (11g) tinadtad na sariwang chives
- 1 kutsarita ng lemon zest (gadgad na balat)

PARA SA EGG WASH:
- 1 malaking itlog, pinalo ng 1 kutsarang tubig

MGA TAGUBILIN:
GUMAGAWA NG CRUSS:
a) Pagsamahin ang harina at asin.
b) Gumalaw sa malamig na cream cheese at mantikilya hanggang sa gumuho ang timpla.
c) Ibuhos ang 4 na kutsara ng malamig na tubig, ihagis upang magbasa-basa nang pantay. Idagdag ang natitirang tubig kung kinakailangan para makagawa ng cohesive dough.
d) I-tap ang kuwarta sa isang disk na ¾" ang kapal, balutin ito, at palamigin sa loob ng 30 minuto.

GAWAIN ANG PAGPUPUNO:
e) Painitin muna ang oven sa 425°F.
f) Kunin ang makahoy na mga tangkay mula sa ilalim ng mga tangkay ng asparagus at ihagis ang mga sibat sa langis ng oliba upang mabalutan.
g) Ayusin ang asparagus sa isang layer sa isang baking sheet na may parchment-lined at inihaw sa loob ng 10 hanggang 15 minuto

hanggang sa bahagyang kayumanggi. Alisin at palamig sa temperatura ng kuwarto. Gupitin ang asparagus sa 1 ½" na piraso.
h) Sa isang medium na mangkok, paghaluin ang ricotta, itlog, kalahati ng Parmesan, chives, at lemon zest.

MAGTITIPON ANG GALETTE:
i) Sa ibabaw ng bahagyang floured, igulong ang pinalamig na kuwarta sa isang 14" na bilog at ilipat ito sa isang baking sheet na nilagyan ng parchment.
j) Ikalat ang pinaghalong ricotta nang pantay-pantay sa ibabaw ng kuwarta, na nag-iiwan ng 2"-wide strip na walang takip sa gilid sa labas.
k) Ayusin ang mga piraso ng inihaw na asparagus sa ibabaw ng pagpuno.
l) Tiklupin ang mga hubad na gilid ng kuwarta patungo sa gitna, lagyan ng pleating kung kinakailangan.
m) I-brush ang nakalantad na kuwarta gamit ang egg wash, at iwiwisik ang natitirang Parmesan sa buong galette .

MAGBAKE:
n) Maghurno sa isang preheated 425°F oven sa loob ng 25 hanggang 30 minuto, hanggang ang crust ay maging golden brown at ang laman ay bubbly.
o) Alisin sa oven at hayaang lumamig ng 10 minuto bago ihain nang mainit, o palamig at ihain sa temperatura ng kuwarto.
p) Itago ang galette na may takip at palamigin nang hanggang 1 linggo.

58. Kamatis, Keso at Oregano Galette

MGA INGREDIENTS:
- 1 x 320g ready-rolled puff pastry
- 3 kutsarang sarap ng kamatis o chutney
- 5 hanggang 6 na kamatis (hiniwa nang manipis)
- 1 kutsarang capers
- 1 kutsarang sariwang tinadtad na oregano + dagdag para sa dekorasyon
- 50g pinong gadgad na cheddar cheese
- Asin at paminta para lumasa
- Gatas, para magpakinang

MGA TAGUBILIN:
a) Painitin muna ang oven sa 200C/400F/Gas 6. Linya at/o lagyan ng grasa ang isang malaking pizza tray o baking tray.
b) Gupitin ang handa na pinagsama na pastry sa isang malaking bilog upang magkasya sa tray, kung ito ay parisukat o hugis-parihaba. Ilagay ito sa ibabaw ng baking paper. Ikalat ang sarap o chutney sa pastry, halos sa gilid ng bilog ng pastry.
c) Ayusin ang mga hiniwang kamatis sa itaas, pagkatapos ay ikalat ang mga caper, tinadtad na oregano, at gadgad na keso sa ibabaw. Timplahan ng asin at itim na paminta ayon sa panlasa.
d) Itaas ang mga gilid ng pastry na bilog at gumawa ng crust sa paligid ng pagpuno, tingnan ang mga larawan, upang ang tart o galette ay parang isang open-faced tart. I-brush ang gatas sa pastry para pakinang ito.
e) Maghurno sa loob ng 25 hanggang 30 minuto o hanggang sa maluto ang pastry at umubo, natunaw ang keso, at ang mga kamatis ay naluto at halos na-caramelize.
f) Ihain kaagad, gupitin, kasama ang sariwang oregano na iwiwisik sa itaas, na may pinaghalong salad at/o pana-panahong mga gulay.

59. Herby Carrot at Cream Cheese Galette

MGA INGREDIENTS:
DOUGH:
- 2 tasang Almond Flour
- ⅔ tasa ng Tapioca Flour/Starch
- ½ kutsarita ng asin
- 2 tablespoons sariwang rosemary - tinadtad
- 8 kutsarang malamig na mantikilya
- 1 itlog

GALETTE:
- 4-6 medium na karot
- ½ kutsarita ng asin
- 1 kutsarang langis ng oliba
- 1 kutsarang sesame oil
- 8 onsa na pinalambot na cream cheese
- 4 scallions - tinadtad
- egg wash - 1 itlog + tilamsik ng tubig
- ¼ tasa toasted sesame seeds
- ½ kutsarita ng flakey salt

MGA TAGUBILIN:
a) Pagsamahin ang almond flour, tapioca starch, asin, at tinadtad na rosemary sa isang malaking mixing bowl.
b) Paikutin para pantay na pagsamahin. Grate o gupitin ang malamig na mantikilya sa maliliit na piraso.
c) Idagdag ang pinaghalong almond flour at simulan ang masahin ang mantikilya sa harina. Kapag ang texture ay kahawig ng basang buhangin, idagdag ang itlog at masahin hanggang sa magkaroon ka ng makinis na bola ng kuwarta.
d) I-wrap ang kuwarta sa plastic wrap at ilagay ito sa freezer sa loob ng 30 minuto o sa refrigerator hanggang handa nang gamitin.
e) Habang ang masa ay lumalamig, hiwain ang mga karot sa mahahabang piraso gamit ang isang vegetable peeler. Ilagay ang hiniwang karot sa isang mangkok na may asin, langis ng oliba, at langis ng linga. Ihagis upang maging pantay-pantay at itabi.
f) Pagsamahin ang pinalambot na cream cheese na may tinadtad na scallions at itabi.

g) Painitin ang hurno sa 425 degrees. Linya ng parchment paper ang baking tray.
h) Upang tipunin ang galette, ilagay ang kuwarta sa baking tray na nilagyan ng parchment.
i) Igulong ang kuwarta sa halos 11" na bilog. Pahiran ang scallion cream cheese sa kuwarta, mag-iwan ng 1" malinaw na hangganan sa paligid ng gilid.
j) Itaas ang cream cheese na may mga karot, siguraduhing alisin ang anumang labis na kahalumigmigan na maaaring lumabas sa mga karot. Gamitin ang pergamino upang makatulong sa pagtiklop sa mga gilid ng galette dough sa ibabaw ng mga palaman.
k) I-brush ang crust na may egg wash at iwiwisik ang sesame seeds sa crust. Maghurno sa center rack ng oven sa loob ng 30-35 minuto. Kung ang mga tuktok ng mga karot ay nagsimulang masunog, maglagay ng isang piraso ng foil sa galette para sa mga huling minuto.
l) Alisin ang galette mula sa oven at hayaang lumamig sa loob ng 10-15 minuto. Tapusin sa isang sprinkle ng flakey salt at ihain nang mainit!

60. Blackberry Mint Galette

MGA INGREDIENTS:
PARA SA CRUST:
- 1 tasang all-purpose na harina
- 2 kutsarang cornmeal
- 4 na kutsarang mantikilya o vegan butter
- 5-6 kutsarang tubig ng yelo
- 1 kutsarang asukal sa niyog + higit pa para sa crust topping
- ¼ kutsarita ng asin

PARA SA PAGPUPUNO:
- 2 tasang sariwang blackberry
- 2 kutsarang sariwang mint, pinong tinadtad
- 2 kutsarang asukal sa niyog
- ½ lemon, tinadtad
- 1 kutsarang gawgaw

MGA TAGUBILIN:
Ihanda ang crust:
a) Sa isang malaking mangkok, paghaluin ang harina, cornmeal, asukal sa niyog, at asin.
b) Magdagdag ng 4 na kutsara ng napakalamig na mantikilya, at gupitin sa pinaghalong harina gamit ang isang tinidor o kutsilyo hanggang sa gumuho.
c) Magdagdag ng ice water 2 tablespoons sa isang pagkakataon, paghahalo hanggang ang masa ay magsimulang magkadikit.
d) Ihulma ang kuwarta sa isang bilog o patag na bilog, balutin ito sa papel na parchment, at palamigin sa loob ng 45 minuto hanggang 1 oras.
e) Painitin muna ang iyong oven sa 325°F.
f) Habang lumalamig ang kuwarta, paghaluin ang mga blackberry sa isang mangkok na may mint, lemon juice, coconut sugar, at cornstarch. Hayaang umupo ito ng 30 minuto.

I-ROLL OUT ANG DOUGH:
g) Iumamig na ang kuwarta , igulong ito sa isang sheet ng parchment paper, hubog ito sa isang bilog na humigit-kumulang ¼ pulgada ang kapal.

h) Gumawa ng mga butas sa kuwarta at sandok ang pinaghalong blackberry sa gitna.
i) Tiklupin ang mga gilid upang ilakip ang mga blackberry, na gumagawa ng ilang paghuhulma gamit ang iyong mga kamay.
j) Pahiran ang gilid ng crust ng tinunaw na mantikilya (o vegan butter) at isang sprinkle ng coconut palm sugar.

MAGBAKE:
k) Ilipat ang galette at parchment paper sa isang baking sheet at maghurno ng 45 minuto o hanggang sa ginintuang kayumanggi.
l) Kapag tapos na, hayaang lumamig ang galette nang hindi bababa sa 10 minuto.

61. Lemon Thyme at Blueberry Galette

MGA INGREDIENTS:
- 1 sheet ng puff pastry na binili sa tindahan, lasaw
- 2 tasang sariwang blueberries
- Sarap ng 1 lemon
- 2 kutsarang lemon juice
- 1/4 tasa ng butil na asukal
- 1 kutsarang gawgaw
- 1 kutsarang sariwang dahon ng thyme
- 1 itlog, pinalo (para sa paghugas ng itlog)
- Powdered sugar, para sa pag-aalis ng alikabok (opsyonal)

MGA TAGUBILIN:
a) Painitin muna ang iyong oven sa 375°F (190°C) at lagyan ng parchment paper ang isang baking sheet.
b) Sa isang mangkok, pagsamahin ang sariwang blueberries, lemon zest, lemon juice, granulated sugar, cornstarch, at sariwang dahon ng thyme. Dahan-dahang ihagis hanggang sa ang mga blueberries ay pantay na pinahiran.
c) I-roll out ang natunaw na puff pastry sheet sa isang bahagyang floured na ibabaw sa isang magaspang na bilog na mga 12 pulgada ang lapad.
d) Ilipat ang rolled-out puff pastry sa inihandang baking sheet.
e) Ilagay ang pinaghalong blueberry sa gitna ng puff pastry, mag-iwan ng humigit-kumulang 2-pulgada na hangganan sa paligid ng mga gilid.
f) Tiklupin ang mga gilid ng puff pastry sa ibabaw ng mga blueberry, lagyan ng pleating kung kinakailangan upang lumikha ng rustic galette na hugis.
g) I-brush ang mga gilid ng pastry gamit ang pinalo na itlog upang bigyan ito ng ginintuang kulay kapag inihurno.
h) Maghurno sa preheated oven sa loob ng 25-30 minuto, o hanggang ang pastry ay maging golden brown at ang mga blueberry ay bumubula.
i) Alisin sa oven at hayaang lumamig nang bahagya ang galette bago ihain.
j) Opsyonal, dust na may pulbos na asukal bago ihain.
k) Hatiin at tamasahin ang iyong kaaya-ayang Lemon Thyme at Blueberry Galette!

62. Basil at Cherry Tomato Galette

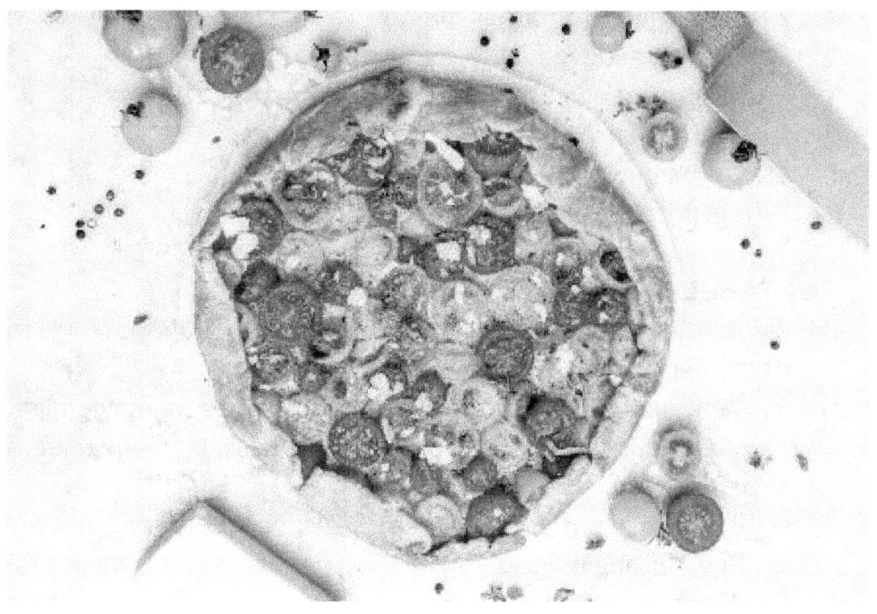

MGA INGREDIENTS:
- 1 sheet ng puff pastry na binili sa tindahan, lasaw
- 2 tasang cherry tomatoes, hinati
- 1/4 tasa ng gadgad na Parmesan cheese
- 2 kutsarang sariwang dahon ng basil, tinadtad
- 1 kutsarang langis ng oliba
- Asin at paminta para lumasa
- 1 itlog, pinalo (para sa paghugas ng itlog)

MGA TAGUBILIN:
a) Painitin muna ang iyong oven sa 375°F (190°C) at lagyan ng parchment paper ang isang baking sheet.
b) Sa isang mangkok, ihagis ang cherry tomatoes na may gadgad na Parmesan cheese, tinadtad na dahon ng basil, langis ng oliba, asin, at paminta.
c) I-roll out ang puff pastry sheet sa isang bahagyang floured na ibabaw sa isang magaspang na bilog na mga 12 pulgada ang lapad.
d) Ilipat ang rolled-out puff pastry sa inihandang baking sheet.
e) Ikalat ang pinaghalong cherry tomato nang pantay-pantay sa puff pastry, na nag-iiwan ng humigit-kumulang 2-pulgada na hangganan sa paligid ng mga gilid.
f) Tiklupin ang mga gilid ng puff pastry sa ibabaw ng cherry tomatoes, lagyan ng pleating kung kinakailangan upang lumikha ng rustic galette na hugis.
g) I-brush ang mga gilid ng pastry gamit ang pinalo na itlog upang bigyan ito ng ginintuang kulay kapag inihurno.
h) Maghurno sa preheated oven sa loob ng 25-30 minuto, o hanggang sa maging golden brown ang pastry at lumambot ang cherry tomatoes.
i) Alisin sa oven at hayaang lumamig nang bahagya bago ihain.
j) Hatiin at tamasahin ang iyong masarap na Basil at Cherry Tomato Galette!

63. Cilantro Lime Corn Galette

MGA INGREDIENTS:
- 1 sheet ng puff pastry na binili sa tindahan, lasaw
- 2 tasang sariwa o frozen na butil ng mais
- Sarap ng 1 kalamansi
- 2 kutsarang katas ng kalamansi
- 1/4 tasa tinadtad na sariwang cilantro
- 1/4 tasa crumbled cotija cheese (o feta cheese)
- Asin at paminta para lumasa
- 1 itlog, pinalo (para sa paghugas ng itlog)

MGA TAGUBILIN:
a) Painitin muna ang iyong oven sa 375°F (190°C) at lagyan ng parchment paper ang isang baking sheet.
b) Sa isang mangkok, pagsamahin ang mga butil ng mais, lime zest, katas ng kalamansi, tinadtad na cilantro, crumbled cotija cheese, asin, at paminta.
c) I-roll out ang puff pastry sheet sa isang bahagyang floured na ibabaw sa isang magaspang na bilog na mga 12 pulgada ang lapad.
d) Ilipat ang rolled-out puff pastry sa inihandang baking sheet.
e) Ikalat ang pinaghalong mais nang pantay-pantay sa puff pastry, na nag-iiwan ng humigit-kumulang 2-pulgada na hangganan sa paligid ng mga gilid.
f) Tiklupin ang mga gilid ng puff pastry sa pinaghalong mais, lagyan ng pleating kung kinakailangan upang lumikha ng rustic galette na hugis.
g) I-brush ang mga gilid ng pastry gamit ang pinalo na itlog upang bigyan ito ng ginintuang kulay kapag inihurno.
h) Maghurno sa preheated oven sa loob ng 25-30 minuto, o hanggang ang pastry ay ginintuang kayumanggi at ang mais ay pinainit.
i) Alisin sa oven at hayaang lumamig nang bahagya bago ihain.
j) Hiwain at tamasahin ang iyong malasang Cilantro Lime Corn Galette !

64. Sage at Butternut Squash Galette

MGA INGREDIENTS:
- 1 sheet ng puff pastry na binili sa tindahan, lasaw
- 2 tasang diced butternut squash
- 2 kutsarang langis ng oliba
- 1 kutsarang tinadtad na sariwang dahon ng sage
- 1/4 tasa ng gadgad na Parmesan cheese
- Asin at paminta para lumasa
- 1 itlog, pinalo (para sa paghugas ng itlog)

MGA TAGUBILIN:
a) Painitin muna ang iyong oven sa 375°F (190°C) at lagyan ng parchment paper ang isang baking sheet.
b) Sa isang mangkok, ihagis ang diced butternut squash na may olive oil, tinadtad na dahon ng sage, grated Parmesan cheese, asin, at paminta.
c) Ikalat ang pinaghalong butternut squash nang pantay-pantay sa puff pastry, na nag-iiwan ng humigit-kumulang 2-pulgada na hangganan sa paligid ng mga gilid.
d) I-roll out ang puff pastry sheet sa isang bahagyang floured na ibabaw sa isang magaspang na bilog na mga 12 pulgada ang lapad.
e) Ilipat ang rolled-out puff pastry sa inihandang baking sheet.
f) I-fold ang mga gilid ng puff pastry sa pinaghalong butternut squash, i-pleating kung kinakailangan upang lumikha ng rustic galette na hugis.
g) I-brush ang mga gilid ng pastry gamit ang pinalo na itlog upang bigyan ito ng ginintuang kulay kapag inihurno.
h) Maghurno sa preheated oven sa loob ng 25-30 minuto, o hanggang sa maging golden brown ang pastry at malambot na ang butternut squash.
i) Alisin sa oven at hayaang lumamig nang bahagya bago ihain.
j) Hiwain at tamasahin ang iyong masarap na Sage at Butternut Squash Galette!

65. Minted Pea at Feta Galette

MGA INGREDIENTS:
- 1 sheet ng puff pastry na binili sa tindahan, lasaw
- 2 tasang sariwa o frozen na mga gisantes
- 1/4 tasa crumbled feta cheese
- 2 kutsarang tinadtad na sariwang dahon ng mint
- Sarap ng 1 lemon
- Asin at paminta para lumasa
- 1 itlog, pinalo (para sa paghugas ng itlog)

MGA TAGUBILIN:
a) Painitin muna ang iyong oven sa 375°F (190°C) at lagyan ng parchment paper ang isang baking sheet.
b) Sa isang mangkok, pagsamahin ang mga gisantes, crumbled feta cheese, tinadtad na dahon ng mint, lemon zest, asin, at paminta.
c) I-roll out ang puff pastry sheet sa isang bahagyang floured na ibabaw sa isang magaspang na bilog na mga 12 pulgada ang lapad.
d) Ilipat ang rolled-out puff pastry sa inihandang baking sheet.
e) Ikalat ang pinaghalong pea nang pantay-pantay sa puff pastry, na nag-iiwan ng humigit-kumulang 2-pulgada na hangganan sa paligid ng mga gilid.
f) I-fold ang mga gilid ng puff pastry sa ibabaw ng pea mixture, pleating kung kinakailangan upang lumikha ng rustic galette shape.
g) I-brush ang mga gilid ng pastry gamit ang pinalo na itlog upang bigyan ito ng ginintuang kulay kapag inihurno.
h) Maghurno sa preheated oven para sa 25-30 minuto, o hanggang ang pastry ay ginintuang kayumanggi at ang mga gisantes ay malambot.
i) Alisin sa oven at hayaang lumamig nang bahagya bago ihain.
j) Hatiin at tamasahin ang iyong nakakapreskong Minted Pea at Feta Galette !

66. Lemon Rosemary Potato Galette

MGA INGREDIENTS:
- 1 sheet ng puff pastry na binili sa tindahan, lasaw
- 2 tasa ng manipis na hiniwang patatas
- Sarap ng 1 lemon
- 2 kutsarang tinadtad na sariwang dahon ng rosemary
- 1/4 tasa ng gadgad na Parmesan cheese
- Asin at paminta para lumasa
- 1 itlog, pinalo (para sa paghugas ng itlog)

MGA TAGUBILIN:

a) Painitin muna ang iyong oven sa 375°F (190°C) at lagyan ng parchment paper ang isang baking sheet.
b) Sa isang mangkok, ihagis ang manipis na hiniwang patatas na may lemon zest, tinadtad na dahon ng rosemary, gadgad na Parmesan cheese, asin, at paminta.
c) I-roll out ang puff pastry sheet sa isang bahagyang floured na ibabaw sa isang magaspang na bilog na mga 12 pulgada ang lapad.
d) Ilipat ang rolled-out puff pastry sa inihandang baking sheet.
e) Ikalat ang pinaghalong patatas nang pantay-pantay sa puff pastry, na nag-iiwan ng halos 2-pulgada na hangganan sa paligid ng mga gilid.
f) Tiklupin ang mga gilid ng puff pastry sa pinaghalong patatas, lagyan ng pleating kung kinakailangan upang lumikha ng rustic galette na hugis.
g) I-brush ang mga gilid ng pastry gamit ang pinalo na itlog upang bigyan ito ng ginintuang kulay kapag inihurno.
h) Maghurno sa preheated oven sa loob ng 25-30 minuto, o hanggang ang pastry ay maging ginintuang kayumanggi at ang patatas ay malambot.
i) Alisin sa oven at hayaang lumamig nang bahagya bago ihain.
j) Hiwain at tamasahin ang iyong mabangong Lemon Rosemary Potato Galette!

67. Caramelized Shallot at Thyme Galette

MGA INGREDIENTS:
- 1 sheet ng puff pastry na binili sa tindahan, lasaw
- 4 na shallots, hiniwa ng manipis
- 2 kutsarang mantikilya
- 1 kutsarang langis ng oliba
- 2 kutsarang sariwang dahon ng thyme
- Asin at paminta para lumasa
- 1 itlog, pinalo (para sa paghugas ng itlog)

MGA TAGUBILIN:
a) Painitin muna ang iyong oven sa 375°F (190°C) at lagyan ng parchment paper ang isang baking sheet.
b) Sa isang kawali, init ang mantikilya at langis ng oliba sa katamtamang init. Idagdag ang manipis na hiwa ng mga shallots at lutuin, paminsan-minsang pagpapakilos, hanggang sa caramelized, mga 15-20 minuto.
c) I-roll out ang puff pastry sheet sa isang bahagyang floured na ibabaw sa isang magaspang na bilog na mga 12 pulgada ang lapad.
d) Ilipat ang rolled-out puff pastry sa inihandang baking sheet.
e) Ikalat ang mga caramelized shallots nang pantay-pantay sa puff pastry, na nag-iiwan ng humigit-kumulang 2-pulgada na hangganan sa paligid ng mga gilid.
f) Iwiwisik ang sariwang dahon ng thyme sa ibabaw ng mga shallots. Timplahan ng asin at paminta ayon sa panlasa.
g) I-fold ang mga gilid ng puff pastry sa ibabaw ng shallots, lagyan ng pleating kung kinakailangan upang lumikha ng rustic galette na hugis.
h) I-brush ang mga gilid ng pastry gamit ang pinalo na itlog upang bigyan ito ng ginintuang kulay kapag inihurno.
i) Maghurno sa preheated oven sa loob ng 25-30 minuto, o hanggang sa maging golden brown ang pastry.
j) Alisin sa oven at hayaang lumamig nang bahagya bago ihain.

68. Brie at Sage Galette na may Caramelized Onion

MGA INGREDIENTS:
- 1 sheet ng puff pastry na binili sa tindahan, lasaw
- 1 malaking sibuyas, hiniwa ng manipis
- 2 kutsarang mantikilya
- 1 kutsarang langis ng oliba
- 6 ounces Brie cheese, hiniwa
- 2 kutsarang tinadtad na sariwang dahon ng sage
- Asin at paminta para lumasa
- 1 itlog, pinalo (para sa paghugas ng itlog)

MGA TAGUBILIN:
a) Painitin muna ang iyong oven sa 375°F (190°C) at lagyan ng parchment paper ang isang baking sheet.
b) Sa isang kawali, init ang mantikilya at langis ng oliba sa katamtamang init. Idagdag ang manipis na hiniwang sibuyas at lutuin, paminsan-minsang haluin, hanggang sa caramelized, mga 15-20 minuto.
c) I-roll out ang puff pastry sheet sa isang bahagyang floured na ibabaw sa isang magaspang na bilog na mga 12 pulgada ang lapad.
d) Ilipat ang rolled-out puff pastry sa inihandang baking sheet.
e) Ayusin ang hiniwang Brie cheese sa ibabaw ng puff pastry, na nag-iiwan ng humigit-kumulang 2-inch na hangganan sa paligid ng mga gilid.
f) Ikalat ang mga caramelized na sibuyas nang pantay-pantay sa Brie cheese.
g) Budburan ang tinadtad na dahon ng sambong sa ibabaw ng mga sibuyas. Timplahan ng asin at paminta ayon sa panlasa.
h) Tiklupin ang mga gilid ng puff pastry sa ibabaw ng filling, lagyan ng pleating kung kinakailangan upang lumikha ng rustic galette na hugis.
i) I-brush ang mga gilid ng pastry gamit ang pinalo na itlog upang bigyan ito ng ginintuang kulay kapag inihurno.
j) Maghurno sa preheated oven sa loob ng 25-30 minuto, o hanggang sa maging golden brown ang pastry.
k) Alisin sa oven at hayaang lumamig nang bahagya bago ihain.
l) Hiwain at tamasahin ang iyong masarap na Brie at Sage Galette na may Caramelized Onion!

SPICY GALETTES

69. Chai Spiced Apple Galette

MGA INGREDIENTS:
- 2 tasa + 1 kutsarang plain flour
- 2 kutsarang asukal sa niyog
- ½ kutsarita ng asin
- ⅔ tasa + 2 kutsarang mantikilya
- ½ tasang malamig na tubig na may yelo
- ½ tasa ng almond meal

PAPUSANG MANDOS
- 3 Gala mansanas
- ¼ tasa ng asukal sa niyog
- 1 kutsarita ng giniling na kanela
- 1 kutsaritang giniling na luya
- ½ kutsarita ng ground nutmeg
- ½ kutsarita ng ground cardamom
- 2 kutsarang arrowroot starch
- 2 kutsarita ng orange zest
- 2 kutsarang orange juice

MGA TAGUBILIN:
GUMAWA NG DOUGH
a) Magdagdag ng harina, asukal, at asin sa isang food processor at pulso upang pagsamahin.
b) Magdagdag ng mantikilya, pulso hanggang sa mabuo ang maliliit na mumo pagkatapos, habang tumatakbo ang food processor, i-stream sa tubig at iproseso lamang hanggang sa mabuo ang isang malaking bola.
c) Kuskusin ang kuwarta at mabilis na mabuo sa isang maliit na disc.
d) I-wrap nang mahigpit sa plastic wrap at ilagay sa refrigerator sa loob ng 1+ oras.

IHANDA ANG PAGPALA
e) Samantala, pagsamahin ang lahat ng mga filling ingredients, maliban sa almond meal, sa isang mangkok at itabi.

LILIKHA ANG GALETTE
f) Pagkatapos ng 1 oras, alisin ang kuwarta mula sa refrigerator.
g) Ilagay ang kuwarta sa pagitan ng 2 sheet ng baking paper, at maingat na igulong sa isang parihaba.

h) Alisin ang tuktok na sheet ng baking paper, at ilagay ang kuwarta (sa ilalim pa rin ng baking paper) sa isang baking tray.
i) Ikalat ang almond meal sa masa, mag-iwan ng 5cm na hangganan (ito ay igulong sa isang crust), at pagkatapos ay lagyan ng pinaghalong mansanas.
j) Ngayon, tiklupin ang mga gilid ng galette .
k) Pagkatapos mong matiklop sa unang gilid, paikutin ang galette , gawin ang isa pang fold, at magpatuloy hanggang sa bumalik ka sa kung saan ka nagsimula.
l) I-brush ang tuktok na crust sa sobrang tinunaw na mantikilya, at langis ng oliba, o gatasan ang mga ito na budburan ng mga flaked almond o hilaw na asukal.
m) Ngayon, ilagay ang galette (sa baking tray) pabalik sa refrigerator para sa hindi bababa sa 30 minuto pagkatapos ay painitin ang oven.

MAGBAKA

n) Painitin muna ang oven sa 200C (390F) pagkatapos ay idagdag ang galette sa oven at maghurno ng 10 minuto.
o) Ibaba sa 175 C (350F), pagkatapos ay maghurno ng karagdagang 30-35 min .
p) Ihain kaagad kasama ng ice cream, o hayaang lumamig at hiwa-hiwain.

70.Limang Spice Peach Galette

MGA INGREDIENTS:
- 180g (6.3 ounces) plain (all-purpose) na harina, at dagdag para sa pag-aalis ng alikabok
- 160g (5.6 ounces) unsalted butter, pinalamig
- 2 kutsarita ng hilaw na butil na asukal
- ½ kutsarita ng asin sa dagat
- 1 kutsaritang giniling na luya
- 1 kutsarang apple cider vinegar
- 2 kutsarang tubig, pinalamig

LIMANG SPICE PEACH FILLING
- 4 na peach, inalis ang mga bato, hiniwa ng manipis
- 2 kutsarang puting asukal
- ½ lemon, tinadtad
- 1 kutsarita Chinese limang pampalasa
- 2 kutsarang apricot jam
- 1 kutsarita ng harina ng mais (cornstarch)

MGA TAGUBILIN:
a) Upang gawin ang pie crust, ilagay ang harina, mantikilya, asukal, at asin sa isang food processor. Blitz hanggang sa ito ay maging parang breadcrumb na texture. Susunod, idagdag ang giniling na luya, apple cider vinegar, at tubig, at ipagpatuloy ang pulso hanggang sa mabuo na ang masa.

b) Ilipat ang kuwarta sa isang bahagyang floured surface at masahin ng 2 minuto hanggang makinis. Gamit ang iyong mga kamay, pindutin sa isang 10cm na disc, pagkatapos ay balutin ito sa cling film at palamigin ng 1 oras.

c) Kapag halos handa na ang iyong kuwarta, painitin muna ang oven sa 200°C (390°F). Paghaluin ang mga hiwa ng peach, asukal, at lemon juice sa isang malaking mangkok ng paghahalo. Idagdag ang limang pampalasa at apricot jam, pagkatapos ay ihalo hanggang sa pagsamahin lamang. Iwanan.

d) Alisin ang kuwarta mula sa refrigerator. Alikabok ang isang maliit na halaga ng harina sa isang malaking sheet ng baking paper, pagkatapos ay ilagay ang kuwarta sa itaas.

e) Ilipat sa isang flat sheet pan. Igulong ang kuwarta sa isang magaspang na bilog na humigit-kumulang 40cm (15.5") ang lapad at humigit-kumulang 1cm (⅜") ang kapal.
f) Lagyan ng alikabok ang harina ng mais sa pastry – makakatulong ito sa pag-alis ng labis na katas upang maiwasan mo ang basang pang-ilalim na galette.
g) Simula sa gitna, ayusin at i-fan out ang mga hiwa ng peach sa hugis ng pinwheel, na nag-iiwan ng humigit-kumulang 7cm (2¾") ng hangganan sa paligid ng mga gilid.
h) Tiklupin ang mga gilid ng kuwarta upang malikha ang galette, na naglalantad ng humigit-kumulang 15cm (6") ng pinaghalong prutas sa gitna.
i) Ilipat ang tray sa oven. Maghurno ng 40 minuto o hanggang ang pastry ay maging ginintuang at malutong. Ihain kasama ng ice cream.

71.Tomato at Jalapeno Galette

MGA INGREDIENTS:
DOUGH:
- 1 tasang harina
- ¼ kutsarita ng asin
- ½ tasa ng pinalamig na mantikilya, cubed
- 4 ounces cream cheese, cubed
- 2-3 kutsarang tubig ng yelo

PAGPUPUNO:
- 4 ounces cream cheese, pinalambot.
- 2 cloves ng bawang, pinong tinadtad
- 1 kutsarang cilantro, tinadtad
- 1 inihaw na jalapeno pepper, paltos, pagkatapos ay pinong tinadtad
- kurot ng asin
- ½ tasang ginutay-gutay na cheddar at Monterey jack mixture
- hiniwang kamatis

MGA TAGUBILIN:
DOUGH:
a) Salain ang harina at asin, pagkatapos ay gumamit ng pastry blender, gupitin ang cream cheese at mantikilya.
b) Magdagdag ng sapat na tubig upang magkadikit ang lahat.
c) I-flatte at ilagay sa ref ng ilang oras, nakabalot sa plastic wrap.
d) Samantala, ihanda ang pagpuno:

PAGPUPUNO:
e) Kapag handa nang gamitin, gumulong sa isang magaspang na bilog, ilagay sa isang pizza sheet, at painitin ang oven sa 350 degrees.
f) Paghaluin ang cream cheese, bawang, cilantro, tinadtad na jalapeno at asin. Ikalat sa ilalim ng crust, sa loob ng ilang pulgada ng gilid.
g) Budburan ng ½ tasang ginutay-gutay na keso, at layer ng mga kamatis sa ibabaw.
h) Budburan ng kaunti pang keso. Tiklupin ang mga gilid ng pastry.
i) Maghurno para sa 30-35 minuto, hanggang sa ginintuang at bubbly. Gupitin sa mga wedges at ihain.

72. Winter Fruit at Gingerbread Galette

MGA INGREDIENTS:
PASTRY DOUGH:
- 2 ¼ tasa ng harina
- 2 kutsarita ng asukal
- ¾ kutsarita ng asin
- ½ tasang pinong cornmeal
- ½ kutsarita na pinaghalong pampalasa
- 1 kutsaritang giniling na luya
- ½ kutsarita ng giniling na kanela
- 14 tablespoons mantikilya, malamig
- 3.4 fluid ounces ng tubig, malamig
- 6 na kutsarang kulay-gatas

CARAMELIZED WINTER FRUIT:
- ⅓ tasa ng asukal
- 3.4 fluid ounces ng tubig
- 1 vanilla bean (pod), gupitin nang pahaba, kiskisan ang mga buto
- 2 cinnamon sticks
- 2 clove
- 4 na cardamom pods
- 1 malaking sibuyas ng bawang
- 4-star anise
- ⅔ tasa ng kumquat
- 1 persimmon
- 3 mansanas ng Bramley
- ⅔ tasa ng pinatuyong mga aprikot
- ⅔ tasa ng pinatuyong prun
- ⅓ tasa ng pinatuyong cranberry

GINGERBREAD:
- ½ tasang mantikilya
- ½ tasa ng malambot na dark brown na asukal
- Sarap ng 1 orange
- 2 malalaking itlog
- ¼ tasa ng harina
- 1 kutsaritang giniling na luya
- ¼ kutsarita ng giniling na pinaghalong pampalasa
- ¼ kutsarita ng giniling na kanela

- 1 tasang giniling na almendras

GARNISH:
- 3 malalaking puti ng itlog
- ½ tasa ng caster sugar

MGA TAGUBILIN:
PASTRY DOUGH:
a) Salain ang harina, asukal, asin, cornmeal, halo-halong pampalasa, giniling na luya, at kanela sa isang mangkok. Gupitin ang mantikilya sa maliliit na cubes at kuskusin sa pinaghalong harina hanggang sa ang texture ay kahawig ng mga pinong breadcrumb.
b) Idagdag ang malamig na tubig at kulay-gatas at pagsamahin upang makagawa ng isang magaspang na masa. I-wrap sa cling film at palamigin hanggang matatag, mga 30 minuto.

CARAMELIZED WINTER FRUIT:
c) Sa isang heavy-based na kasirola, ihalo ang lahat ng sangkap para sa syrup. Pakuluan, at pagkatapos ay bawasan ang apoy at hayaang kumulo. Samantala, hatiin ang mga kumquat, gupitin ang persimmon sa mga segment, balatan ang mga mansanas, at gamit ang isang Parisian scoop, gupitin ang mga mansanas sa maliliit na bola.
d) Sa isang hiwalay na kawali ng tubig na kumukulo, paputiin ang mga kumquat hanggang sa bahagyang lumambot ang mga balat, mga 3 minuto, alisan ng tubig at ireserba.
e) Idagdag ang pinatuyong mga aprikot sa kumukulong syrup, lutuin ng limang minuto, pagkatapos ay idagdag ang prun at kumquats, lutuin ng karagdagang dalawang minuto pagkatapos ay idagdag ang mga bola ng mansanas at pinatuyong cranberry. Ipagpatuloy ang pagluluto hanggang sa lumambot ang prutas, mga tatlo hanggang limang minuto.
f) Alisin ang kawali sa apoy at hayaang lumamig. Alisan ng tubig ang prutas at ireserba. Itapon ang buong pampalasa. Ibalik ang syrup sa init at bawasan hanggang sa makamit ang pare-parehong syrup.

GINGERBREAD:

g) Pagsamahin ang mantikilya, brown sugar, at orange zest. Dahan-dahang idagdag ang mga itlog na pinaghalo nang mabuti sa pagitan ng bawat karagdagan.
h) Salain ang harina, idagdag ang luya, halo-halong spiced, kanela, at giniling na mga almendras, at tiklupin sa pinaghalong mantikilya. Palamigin hanggang kinakailangan.

GALETTE ASSEMBLY:
i) Painitin muna ang oven sa 190°C. Sa isang floured worktop, igulong ang pinalamig na pastry dough hanggang sa maabot ang kapal na 3 cm.
j) Gupitin sa isang bilog na 30 cm. Ihanay ang isang litson na may baking parchment, ilagay ang isang 25 cm na singsing sa ibabaw, at ayusin ang pastry sa gitna ng singsing. I-brush ang mga puti ng itlog sa paligid ng panloob na mga gilid ng pastry.
k) Ilipat ang pinaghalong tinapay mula sa luya sa pastry at itaas ang mga inihaw na prutas, magreserba ng maliit na seleksyon para sa dekorasyon. Pagsama-samahin ang mga gilid ng pastry dough upang matiyak na ang gitna ay naiwang nakalabas.
l) Brush na may puti ng itlog, budburan ng caster sugar, at maghurno hanggang golden brown, mga 25 minuto. Mga 5 minuto bago ganap na maluto ang tart, magsipilyo ng natitirang syrup at ayusin ang nakareserbang prutas sa ibabaw ng tart.

MAGLINGKOD:
m) Alisin mula sa oven at hayaang tumayo ng 5 minuto upang lumamig nang bahagya, magpatakbo ng kutsilyo sa gilid ng metal na singsing upang lumuwag pagkatapos ay alisin.

73. Cardamom-Spiced Apricot Almond Galette

MGA INGREDIENTS:
PARA SA CRUST:
- 1 ¼ tasa ng harina
- ½ kutsarang asukal
- ½ kutsarita ng pinong asin
- 1 stick unsalted butter, napakalamig

PARA SA PAGPUPUNO:
- 7 aprikot, hiniwa, hiniwa, at hiniwa nang manipis (hindi na kailangang balatan)
- ½ tasa dark brown sugar
- ⅛ kutsarita ng kosher na asin
- ¼ kutsarita vanilla extract
- ¼ kutsarita ng almond extract
- 2 kutsarita ng lemon juice
- 4 na kutsarang gawgaw
- ¼ kutsarita ng ground cardamom

PARA SA FINISHING CRUST:
- egg wash (1 whisked egg at 1 kutsarang tubig)
- asukal sa turbinado
- 3 kutsarang hiniwang almendras

MGA TAGUBILIN:
PARA SA CRUST:
a) Punan ang isang tasa ng ½ tasa ng tubig, at ihulog ang ilang ice cubes; isantabi. Sa isang malaking mangkok, haluin ang harina, asukal at asin. Hatiin ang napakalamig na unsalted butter sa ½-pulgadang piraso.
b) Budburan ang mga butter cubes sa ibabaw ng harina at simulan ang paggawa ng mga ito gamit ang isang pastry blender o tinidor gamit ito upang magsalok at muling ipamahagi ang timpla kung kinakailangan upang ang lahat ng mga bahagi ay gumana nang pantay-pantay hanggang ang lahat ng mga piraso ng mantikilya ay kasing laki ng maliliit na gisantes.
c) Magsimula sa pamamagitan ng pagbuhos ng ¼ tasa ng malamig na tubig (ngunit hindi ang mga cube) sa pinaghalong mantikilya at harina. Gamit ang isang rubber spatula, tipunin ang kuwarta.

Malamang na kakailanganin mo ng karagdagang ¼ tasa ng malamig na tubig upang pagsamahin ito, ngunit idagdag ito ng isang kutsara sa isang pagkakataon.

d) Kapag nakakakuha ka ng malalaking kumpol gamit ang spatula, simulang gamitin ang iyong mga kamay upang pagsamahin ang kuwarta. Ipunin ang mga kumpol nang magkasama sa isang punso, malumanay na pagmamasa ang mga ito. Buuin ito sa isang disk at balutin ito ng plastic wrap. Palamigin nang hindi bababa sa isang oras.

PARA SA PAGPUPUNO:

e) Habang pinalamig ang kuwarta, ihanda ang pagpuno. Idagdag ang lahat ng mga sangkap sa pagpuno sa isang daluyan ng mangkok at malumanay na haluin hanggang ang lahat ay pinagsama at ang prutas ay pantay na pinahiran ng mga pampalasa. Tikman at ayusin ang mga lasa kung kinakailangan. Itabi at hayaang macerate hanggang lumamig ang masa.

f) Painitin muna ang oven sa 400 degrees na may rack sa gitna. Lagyan ng parchment paper o silicon baking mat ang isang baking sheet at itabi.

g) Kapag ang kuwarta ay lubusang pinalamig, alisin ito sa refrigerator. Sa ibabaw ng bahagyang floured, igulong ang kuwarta sa humigit-kumulang 14-pulgada na bilog na halos ⅛-pulgada ang kapal. Dahan-dahang tiklupin ang kuwarta sa apat na bahagi at alisin ang anumang labis na harina. Ilipat ang kuwarta sa gitna ng inihandang baking sheet at ibuka. Okay lang kung ito ay nakabitin sa mga gilid ng baking sheet.

h) Ayusin ang pinaghalong aprikot sa gitna ng kuwarta, na nag-iiwan ng 2-3 pulgada ng kuwarta na hubad sa mga gilid. Kung may mga juice na naipon sa mangkok, ibuhos ang mga ito sa gitna ng prutas.

i) Kumuha ng isang piraso ng maluwag na masa at tiklupin ito sa ibabaw ng palaman patungo sa gitna ng galette . Ipagpatuloy ang pagtatrabaho sa paligid ng galette na hayaang matiklop ang masa kung saan ito natural at lumikha ng ilang pleat kung kinakailangan. Magpatuloy hanggang sa magamit mo ang lahat ng labis na masa at lumikha ng isang gilid ng crust na nakapaloob sa prutas sa gitna.

j) I-brush ang mga gilid at gilid ng kuwarta gamit ang egg wash at masaganang iwiwisik ang turbaned na asukal at hiniwang almond. Ilagay ang baking sheet sa refrigerator at palamigin ang galette nang hindi bababa sa 30 minuto o hanggang isang oras.

k) Ihurno ang galette sa loob ng 35-45 minuto o hanggang ang crust ay maging golden brown at ang prutas ay bubbly. Hayaang lumamig sa baking sheet sa loob ng 5 minuto at pagkatapos ay dahan-dahang gamitin ang parchment paper upang iangat ang galette at ilipat ito sa isang cooling rack. Hiwain ito sa makapal na wedges para sa paghahatid. Lubos kong inirerekumenda ang paghahatid na may isang scoop ng vanilla bean ice cream.

74. Chipotle Sweet Potato at Black Bean Galette

MGA INGREDIENTS:
- 1 sheet ng puff pastry na binili sa tindahan, lasaw
- 2 tasang niluto at niligis na kamote
- 1 tasang nilutong black beans
- 1 chipotle pepper sa adobo sauce, tinadtad
- 1 kutsarita ng ground cumin
- 1/2 kutsarita ng sili na pulbos
- Asin at paminta para lumasa
- 1 itlog, pinalo (para sa paghugas ng itlog)
- Mga sariwang dahon ng cilantro para sa dekorasyon (opsyonal)

MGA TAGUBILIN:
a) Painitin muna ang iyong oven sa 375°F (190°C) at lagyan ng parchment paper ang isang baking sheet.
b) Sa isang mangkok, paghaluin ang niligis na kamote, black beans, minced chipotle pepper, ground cumin, chili powder, asin, at paminta.
c) I-roll out ang puff pastry sheet sa isang bahagyang floured na ibabaw sa isang magaspang na bilog na mga 12 pulgada ang lapad.
d) Ilipat ang rolled-out puff pastry sa inihandang baking sheet.
e) Ikalat ang pinaghalong kamote at black bean nang pantay-pantay sa puff pastry, na nag-iiwan ng humigit-kumulang 2 pulgadang hangganan sa paligid ng mga gilid.
f) Tiklupin ang mga gilid ng puff pastry sa ibabaw ng filling, lagyan ng pleating kung kinakailangan upang lumikha ng rustic galette na hugis.
g) I-brush ang mga gilid ng pastry gamit ang pinalo na itlog.
h) Maghurno sa preheated oven sa loob ng 25-30 minuto, o hanggang sa maging golden brown ang pastry.
i) Alisin sa oven at hayaang lumamig nang bahagya bago ihain.
j) Palamutihan ng sariwang dahon ng cilantro kung ninanais.
k) Hiwain at tamasahin ang iyong masarap na Chipotle Sweet Potato at Black Bean Galette!

CHOCOLATE GALETTES

75. Nutella Chocolate Galette

MGA INGREDIENTS:
- 1 pre-made na pie crust
- 1/2 tasa ng Nutella
- 1/4 tasa tinadtad na mga hazelnut
- 1 itlog, pinalo (para sa paghugas ng itlog)
- Powdered sugar (para sa pag-aalis ng alikabok)

MGA TAGUBILIN:
a) Painitin muna ang iyong oven sa 375°F (190°C).
b) Igulong ang pie crust sa isang baking sheet na nilagyan ng parchment paper.
c) Ikalat ang Nutella nang pantay-pantay sa gitna ng pie crust .
d) Iwiwisik ang tinadtad na mga hazelnut sa ibabaw ng Nutella.
e) I-fold ang mga gilid ng crust sa ibabaw ng Nutella filling, na lumilikha ng rustic border.
f) I-brush ang mga gilid ng crust gamit ang pinalo na itlog.
g) Maghurno ng 20-25 minuto, o hanggang sa maging golden brown ang crust.
h) Hayaang lumamig nang bahagya ang galette bago lagyan ng alikabok ng powdered sugar. Ihain nang mainit.

76. Chocolate at Raspberry Galette

MGA INGREDIENTS:
- 1 pre-made chocolate pie crust
- 1 tasang semisweet chocolate chips
- 1 tasang sariwang raspberry
- 1 kutsarang butil na asukal
- 1 itlog, pinalo (para sa paghugas ng itlog)
- Powdered sugar (para sa pag-aalis ng alikabok)

MGA TAGUBILIN:
a) Painitin muna ang iyong oven sa 375°F (190°C).
b) Igulong ang pie crust sa isang baking sheet na nilagyan ng parchment paper.
c) Matunaw ang chocolate chips sa isang microwave-safe bowl, haluin hanggang makinis.
d) Ikalat ang natunaw na tsokolate nang pantay-pantay sa gitna ng pie crust.
e) Ayusin ang mga sariwang raspberry sa ibabaw ng tsokolate.
f) Budburan ng granulated sugar ang mga raspberry.
g) Tiklupin ang mga gilid ng crust sa ibabaw ng pagpuno, na lumilikha ng isang simpleng hangganan.
h) I-brush ang mga gilid ng crust gamit ang pinalo na itlog.
i) Maghurno ng 25-30 minuto, o hanggang sa maging golden brown ang crust.
j) Hayaang lumamig nang bahagya ang galette bago lagyan ng alikabok ng powdered sugar. Ihain nang mainit.

77. Salted Caramel Chocolate Galette

MGA INGREDIENTS:
- 1 pre-made na pie crust
- 1 tasang semisweet chocolate chips
- 1/2 tasa salted caramel sauce
- Sea salt flakes (para sa pagwiwisik)
- 1 itlog, pinalo (para sa paghugas ng itlog)
- Powdered sugar (para sa pag-aalis ng alikabok)

MGA TAGUBILIN:
a) Painitin muna ang iyong oven sa 375°F (190°C).
b) Igulong ang pie crust sa isang baking sheet na nilagyan ng parchment paper.
c) Matunaw ang chocolate chips sa isang microwave-safe bowl, haluin hanggang makinis.
d) Ikalat ang natunaw na tsokolate nang pantay-pantay sa gitna ng pie crust .
e) Ibuhos ang salted caramel sauce sa ibabaw ng tsokolate.
f) Budburan ang mga natuklap ng asin sa dagat sa karamelo.
g) Tiklupin ang mga gilid ng crust sa ibabaw ng pagpuno, na lumilikha ng isang simpleng hangganan.
h) I-brush ang mga gilid ng crust gamit ang pinalo na itlog.
i) Maghurno ng 25-30 minuto, o hanggang sa maging golden brown ang crust.
j) Hayaang lumamig nang bahagya ang galette bago lagyan ng alikabok ng powdered sugar. Ihain nang mainit.

78.Chocolate at Banana Galette

MGA INGREDIENTS:
- 1 pre-made na pie crust
- 1 tasang semisweet chocolate chips
- 2 hinog na saging, hiniwa
- 2 kutsarang brown sugar
- 1 itlog, pinalo (para sa paghugas ng itlog)
- Powdered sugar (para sa pag-aalis ng alikabok)

MGA TAGUBILIN:
a) Painitin muna ang iyong oven sa 375°F (190°C).
b) Igulong ang pie crust sa isang baking sheet na nilagyan ng parchment paper.
c) Matunaw ang chocolate chips sa isang microwave-safe bowl, haluin hanggang makinis.
d) Ikalat ang natunaw na tsokolate nang pantay-pantay sa gitna ng pie crust .
e) Ayusin ang hiniwang saging sa ibabaw ng tsokolate.
f) Budburan ng brown sugar ang mga saging.
g) Tiklupin ang mga gilid ng crust sa ibabaw ng pagpuno, na lumilikha ng isang simpleng hangganan.
h) I-brush ang mga gilid ng crust gamit ang pinalo na itlog.
i) Maghurno ng 25-30 minuto, o hanggang sa maging golden brown ang crust.
j) Hayaang lumamig nang bahagya ang galette bago lagyan ng alikabok ng powdered sugar. Ihain nang mainit.

79. White Chocolate Raspberry Galette

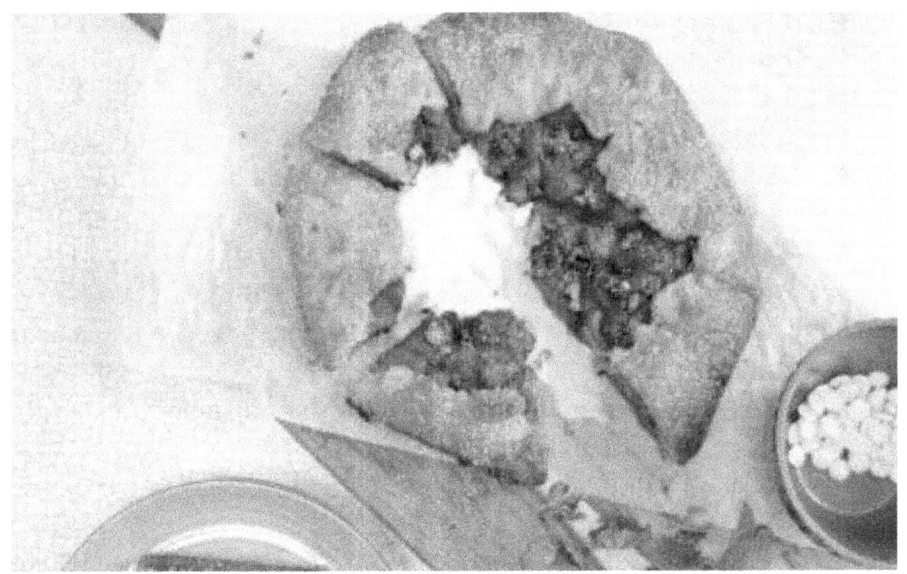

MGA INGREDIENTS:
- 1 pre-made na pie crust
- 1 tasang puting tsokolate chips
- 1 tasang sariwang raspberry
- 1 kutsarang butil na asukal
- 1 itlog, pinalo (para sa paghugas ng itlog)
- Powdered sugar (para sa pag-aalis ng alikabok)

MGA TAGUBILIN:
a) Painitin muna ang iyong oven sa 375°F (190°C).
b) Igulong ang pie crust sa isang baking sheet na nilagyan ng parchment paper.
c) Matunaw ang puting tsokolate chips sa isang mangkok na ligtas sa microwave, haluin hanggang makinis.
d) Ikalat ang tinunaw na puting tsokolate nang pantay-pantay sa gitna ng pie crust .
e) Ayusin ang mga sariwang raspberry sa ibabaw ng puting tsokolate.
f) Budburan ng granulated sugar ang mga raspberry.
g) Tiklupin ang mga gilid ng crust sa ibabaw ng pagpuno, na lumilikha ng isang simpleng hangganan.
h) I-brush ang mga gilid ng crust gamit ang pinalo na itlog.
i) Maghurno ng 25-30 minuto, o hanggang sa maging golden brown ang crust.
j) Hayaang lumamig nang bahagya ang galette bago lagyan ng alikabok ng powdered sugar. Ihain nang mainit.

80. Chocolate Cherry Galette

MGA INGREDIENTS:
- 1 pre-made na pie crust
- 1 tasang semisweet chocolate chips
- 1 tasa sariwang seresa, pitted at kalahati
- 1 kutsarang butil na asukal
- 1 itlog, pinalo (para sa paghugas ng itlog)
- Powdered sugar (para sa pag-aalis ng alikabok)

MGA TAGUBILIN:
a) Painitin muna ang iyong oven sa 375°F (190°C).
b) Igulong ang pie crust sa isang baking sheet na nilagyan ng parchment paper.
c) Matunaw ang chocolate chips sa isang microwave-safe bowl, haluin hanggang makinis.
d) Ikalat ang natunaw na tsokolate nang pantay-pantay sa gitna ng pie crust .
e) Ayusin ang sariwang cherry halves sa ibabaw ng tsokolate.
f) Iwiwisik ang butil na asukal sa mga seresa.
g) Tiklupin ang mga gilid ng crust sa ibabaw ng pagpuno, na lumilikha ng isang simpleng hangganan.
h) I-brush ang mga gilid ng crust gamit ang pinalo na itlog.
i) Maghurno ng 25-30 minuto, o hanggang sa maging golden brown ang crust.
j) Hayaang lumamig nang bahagya ang galette bago lagyan ng alikabok ng powdered sugar. Ihain nang mainit.

81. Peanut Butter Cup S'mores Galette

MGA INGREDIENTS:
- 1 ½ tasang all purpose flour
- ½ tasa ng graham cracker crumbs
- ⅔ tasa ng inasnan na mantikilya, malamig, gupitin sa mga cube
- ¼ tasa ng asukal
- 5-6 kutsarang malamig na tubig
- 1 itlog, pinalo, para sa egg wash
- 15 malalaking marshmallow
- 1 tasa ng mini chocolate na tinatakpan ng grahams, gupitin sa kalahati
- 1 tasang tinadtad na gatas na tsokolate bar na pinili
- 1 ½ tasang dinurog na peanut butter cup
- ½ tasang peanut butter chips, natunaw para sa ambon (opsyonal)
- ½ tasang marshmallow fluff para sa ambon (opsyonal)

MGA TAGUBILIN:
PARA GAWIN ANG CRUSS:
a) Ilagay ang harina, graham cracker crumbs, at asukal sa isang standing mixer bowl, at idagdag ang paddle attachment. Bigyan ito ng mabilis na halo upang pagsamahin. Dahan-dahang idagdag ang mantikilya sa bawat kubo, at ihalo sa mababang hanggang sa ito ay bumuo ng isang basa-buhangin na pagkakapare-pareho.
b) Bilang kahalili maaari kang gumamit ng pastry cutter at gupitin ang mantikilya sa pinaghalong. Magdagdag ng malamig na tubig ng isang kutsara sa isang pagkakataon. Ang kuwarta ay handa na kapag ito ay matatag at hindi malagkit.

PAGSAMA-SAMA ANG LAHAT:
c) Hindi na kailangang palamigin ang kuwarta.
d) Igulong ang kuwarta sa patag na ibabaw na nalagyan ng alikabok ng harina. Gumulong sa isang bilog na halos 12 pulgada ang lapad sa paligid. Magdagdag ng mga marshmallow, milk chocolate, chocolate graham, at peanut butter cup.
e) Dahan-dahang gumalaw sa paligid ng crust at tiklupin ito sa halos isang pulgada sa ibabaw ng pagpuno, na iniwang bukas ang gitna ng galette.

f) Panatilihin ang pagtiklop sa susunod na bahagi sa tuktok ng nakaraang bahagi, at iba pa hanggang sa ang buong crust ay nakatiklop papasok. Brush crust na may egg wash.

MAGBAKE:

g) Maghurno sa 350° sa loob ng 25-30 minuto, o hanggang sa mabula ang gitna at ang mga gilid ay maging magandang ginintuang kayumanggi. Matunaw ang peanut butter chips sa microwave safe bowl nang mataas sa loob ng 60-70 segundo o hanggang matunaw. Mag -ingat dahil maaaring mainit ang mangkok.

h) Talunin ang mga chips hanggang makinis. Ambon sa mainit na galette . Hayaang lumamig nang bahagya bago ihain. Ihain ang mainit, temperatura ng silid, o malamig.

i) Mag-imbak na may takip sa temperatura ng kuwarto hanggang sa apat na araw. Enjoy!

82. Dark Chocolate at Orange Galette

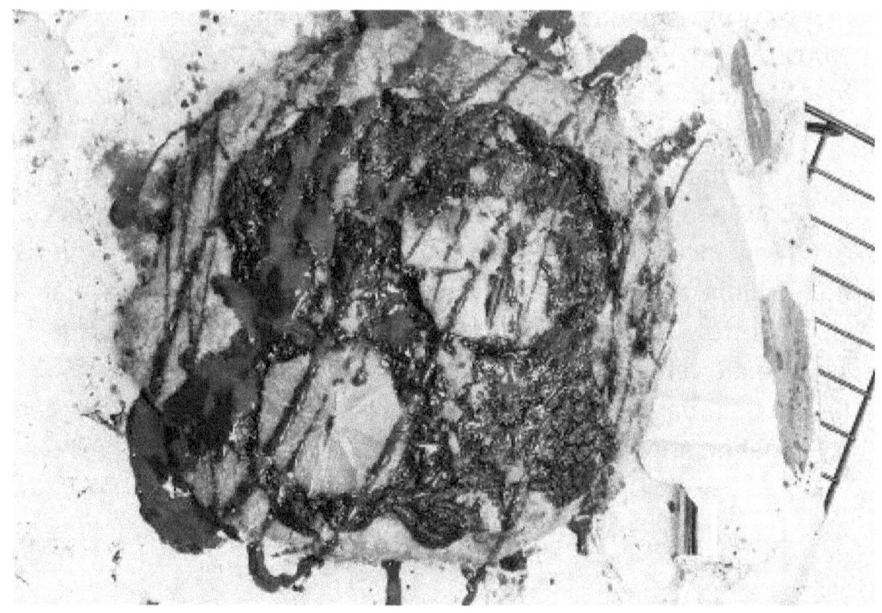

MGA INGREDIENTS:
- 1 pre-made na pie crust
- 1 tasang dark chocolate chunks
- Sarap ng 1 orange
- 2 kutsarang butil na asukal
- 1 itlog, pinalo (para sa paghugas ng itlog)
- Powdered sugar (para sa pag-aalis ng alikabok)

MGA TAGUBILIN:
a) Painitin muna ang iyong oven sa 375°F (190°C).
b) Igulong ang pie crust sa isang baking sheet na nilagyan ng parchment paper.
c) Iwiwisik nang pantay-pantay ang dark chocolate chunks sa gitna ng pie crust .
d) Budburan ang orange zest sa ibabaw ng chocolate chunks.
e) Budburan ng granulated sugar ang tsokolate at orange zest.
f) Tiklupin ang mga gilid ng crust sa ibabaw ng pagpuno, na lumilikha ng isang simpleng hangganan.
g) I-brush ang mga gilid ng crust gamit ang pinalo na itlog.
h) Maghurno ng 25-30 minuto, o hanggang sa maging golden brown ang crust.
i) Hayaang lumamig nang bahagya ang galette bago lagyan ng alikabok ng powdered sugar. Ihain nang mainit.

83. Coconut Chocolate Galette

MGA INGREDIENTS:
- 1 pre-made na pie crust
- 1 tasang hinimay na niyog
- 1 tasang semisweet chocolate chips
- 2 kutsarang butil na asukal
- 1 itlog, pinalo (para sa paghugas ng itlog)
- Powdered sugar (para sa pag-aalis ng alikabok)

MGA TAGUBILIN:
a) Painitin muna ang iyong oven sa 375°F (190°C).
b) Igulong ang pie crust sa isang baking sheet na nilagyan ng parchment paper.
c) Iwiwisik nang pantay-pantay ang ginutay-gutay na niyog sa gitna ng pie crust.
d) Budburan ang semisweet chocolate chips sa ibabaw ng niyog.
e) Budburan ng granulated sugar ang tsokolate at niyog.
f) Tiklupin ang mga gilid ng crust sa ibabaw ng pagpuno, na lumilikha ng isang simpleng hangganan.
g) I-brush ang mga gilid ng crust gamit ang pinalo na itlog.
h) Maghurno ng 25-30 minuto, o hanggang sa maging golden brown ang crust.
i) Hayaang lumamig nang bahagya ang galette bago lagyan ng alikabok ng powdered sugar. Ihain nang mainit.

MEATY GALETTES

84. Sausage Galette

MGA INGREDIENTS:
- 2 bilog ng inihandang pie crust dough (mula sa isang 14.1-onsa na pakete)
- 8 ounces ground sage breakfast sausage
- 1 kutsarang langis ng oliba (kung kinakailangan)
- 1/2 katamtamang sibuyas, hiniwa sa manipis na piraso
- 8 ounces hiniwang baby bella mushroom
- 2/3 tasa ng ricotta
- 4 cloves na bawang, tinadtad
- Bagong lamat na asin at paminta, sa panlasa
- 4 ounces Gruyere cheese, ginutay-gutay
- 1/2 kutsarita pinatuyong thyme
- 1 itlog na pinalo
- 1 kutsarang tubig

MGA TAGUBILIN:
a) Painitin ang hurno sa 400 degrees F. Linya ang dalawang baking sheet na may parchment paper. Igulong ang isang bilog ng pie crust sa bawat baking sheet sa ibabaw ng parchment paper.

b) Lutuin ang sausage sa isang kawali sa katamtamang init hanggang sa maging browned at gumuhong, mga 8 minuto. Alisin ang sausage mula sa kawali na may slotted na kutsara sa isang papel na may linyang plato at itabi, na inilalaan ang mantika mula sa sausage sa kawali. Kung walang gaanong mantika, magdagdag ng hanggang 1 kutsarang langis ng oliba sa kawali.

c) Magdagdag ng sibuyas sa kawali upang maluto sa ginawang mantika mula sa sausage. Magluto hanggang ang mga gilid ng sibuyas ay magsimulang mag-brown at mag-caramelize, mga 3 minuto. Idagdag ang mga kabute sa kawali at lutuin ng 4 na minuto, o hanggang sa magsimulang lumambot. Alisin ang mga gulay mula sa kawali at idagdag sa papel na may linyang tuwalya na may sausage.

d) Ikalat ang 1/3 tasa ng ricotta sa gitna ng bawat pie crust, kumalat nang pantay-pantay ngunit nag-iiwan ng 1 1/2-inch perimeter na hubad. Hatiin ang tinadtad na bawang sa ibabaw ng ricotta sa pagitan ng dalawang crust, pagkatapos ay magdagdag ng ilang bagong basag na asin at paminta sa panlasa.

e) Idagdag ang kalahati ng pinaghalong sausage-mushroom sa pantay na layer sa ibabaw ng ricotta sa bawat crust. Itaas na may ginutay-gutay na Gruyere. Budburan ng thyme ang lahat.

f) I-fold ang mga gilid ng pie crust sa ibabaw ng mushroom filling sa paligid ng buong bilog, lagyan ng pleating bawat ilang pulgada upang mapanatili ang pabilog na hugis. Pagsamahin ang itlog at tubig sa isang maliit na mangkok. I-brush ang mga gilid ng pie crust na may pinaghalong itlog.

g) Maghurno sa pre-heated oven sa loob ng 18-22 minuto, o hanggang sa maging ginintuang ang crust. Palamigin sa baking sheet ng 10 minuto bago ilipat sa isang serving platter.

85.Chicken at Mushroom Galette

MGA INGREDIENTS:
- 1 pre-made na pie crust
- 2 tasang nilutong manok, ginutay-gutay o diced
- 1 tasang hiniwang mushroom
- 1 tasang ginutay-gutay na Swiss cheese
- 1/4 tasa tinadtad na sariwang perehil
- Asin at paminta para lumasa
- 1 itlog, pinalo (para sa paghugas ng itlog)

MGA TAGUBILIN:
a) Painitin muna ang iyong oven sa 375°F (190°C).
b) Sa isang kawali, igisa ang hiniwang mushroom hanggang lumambot at ang anumang labis na likido ay sumingaw.
c) Igulong ang pie crust sa isang baking sheet na nilagyan ng parchment paper.
d) Ikalat ang nilutong manok nang pantay-pantay sa gitna ng pie crust , na nag-iiwan ng humigit-kumulang 1-2 pulgada ng crust sa paligid ng mga gilid.
e) Ikalat ang ginisang mushroom sa ibabaw ng manok.
f) Budburan ang ginutay-gutay na Swiss cheese at tinadtad na sariwang perehil sa ibabaw ng mga kabute.
g) Timplahan ng asin at paminta ayon sa panlasa.

86. Beef at Caramelized Onion Galette

MGA INGREDIENTS:
- 1 pound ground beef
- 2 malalaking sibuyas, hiniwa ng manipis
- 1 kutsarang langis ng oliba
- Asin at paminta para lumasa
- 1 tasang ginutay-gutay na gruyere cheese
- 1 kutsarang sariwang dahon ng thyme
- 1 pre-made na pie crust

MGA TAGUBILIN:
a) Painitin muna ang oven sa 375°F (190°C).
b) Sa isang kawali, init ng langis ng oliba sa katamtamang init. Idagdag ang hiniwang sibuyas at lutuin, paminsan-minsang pagpapakilos, hanggang sa caramelized, mga 20-25 minuto.
c) Idagdag ang giniling na karne ng baka sa kawali at lutuin hanggang magkulay. Timplahan ng asin at paminta.
d) Igulong ang pie crust sa isang baking sheet na nilagyan ng parchment paper.
e) Ilagay ang pinaghalong karne ng baka at sibuyas sa gitna ng pie crust, na nag-iiwan ng hangganan sa paligid ng mga gilid.
f) Budburan ang ginutay-gutay na gruyere cheese sa pinaghalong beef.
g) I-fold ang mga gilid ng pie crust sa ibabaw ng pagpuno, pleating kung kinakailangan.
h) I-brush ang mga gilid ng crust na may pinalo na itlog para sa golden finish (opsyonal).
i) Maghurno sa preheated oven sa loob ng 25-30 minuto, o hanggang sa maging golden brown ang crust.
j) Budburan ang sariwang dahon ng thyme sa ibabaw ng galette bago ihain.

87.Ham at Keso Galette

MGA INGREDIENTS:
GALETTE BATTER
- 2 tasang bakwit na harina
- 1/4 tasa ng all-purpose na harina
- 1 kutsarang asin
- 4 1/2 tasa ng tubig
- 1 itlog

ASSEMBLY
- Walang asin na mantikilya
- ham
- Mga itlog
- Gruyère cheese, gadgad

MGA TAGUBILIN:
GALETTE BATTER
a) Paghaluin ang lahat hanggang sa maayos na pinagsama. Hayaang umupo ang batter sa refrigerator sa loob ng 2 oras o magdamag.

ASSEMBLY
b) Mag-init ng 11" cast-iron crepe griddle pan sa medium hanggang sa pantay na init. Para sa mga katangian ng craters, ang kawali ay kailangang sapat na mainit upang agad na mabutas ang batter kapag ibinuhos.

c) Matunaw ang sapat na mantikilya upang mabalot ang kawali. Ibuhos ang 1/2 tasa ng batter at ikiling ang kawali upang takpan ang buong ibabaw nito.

d) Magluto ng humigit-kumulang 2 1/2 minuto sa unang bahagi, pagkatapos ay i-flip at lutuin para sa isa pang 1 1/2 minuto. Alisin ang galette mula sa apoy at hayaang lumamig hanggang kinakailangan para sa pagpuno. Ulitin sa lahat ng batter, pagdaragdag ng mantikilya sa kawali kung kinakailangan upang maiwasan ang pagdikit.

e) Para sa " kumpletong " pagpupulong, tunawin ang ilang higit pang mantikilya at ihagis sa isang cooled galette , mga crater pababa, at agad na ilagay ang isang slice ng ham sa gitna, na sinusundan ng grated gruyere upang takpan ang slice. Samantala, sa isang hiwalay na kawali magluto ng itlog sa ilang tinunaw na mantikilya; kapag malapit nang maluto ang itlog, dahan-dahang ilagay ito sa gruyere na nakasentro ang pula ng itlog at tiklop sa apat na gilid ng galette upang ang itlog lang ang makikita.

f) Takpan ng takip at panatilihing magpainit nang isang minuto o higit pa, hanggang sa maluto ang itlog at malutong ang ilalim ng galette . Ihain kaagad.

88. Turkey at Cranberry Galette

MGA INGREDIENTS:
- 1 pre-made na pie crust
- 1 tasang niluto at ginutay-gutay na pabo
- 1/2 tasa ng sarsa ng cranberry
- 1/2 tasa crumbled goat cheese
- 1/4 tasa tinadtad na pecans
- 1 kutsarang tinadtad na sariwang sambong
- Asin at paminta para lumasa

MGA TAGUBILIN:
a) Painitin muna ang oven sa 375°F (190°C).
b) Igulong ang pie crust sa isang baking sheet na nilagyan ng parchment paper.
c) Ikalat ang cranberry sauce sa gitna ng pie crust , na nag-iiwan ng hangganan sa paligid ng mga gilid.
d) Budburan ang ginutay-gutay na pabo, durog na keso ng kambing, tinadtad na pecan, at tinadtad na sariwang sage sa ibabaw ng sarsa ng cranberry.
e) Timplahan ng asin at paminta.
f) I-fold ang mga gilid ng pie crust sa ibabaw ng pagpuno, pleating kung kinakailangan.
g) Maghurno sa preheated oven sa loob ng 25-30 minuto, o hanggang sa maging golden brown ang crust.
h) Hayaang lumamig nang bahagya bago ihain.

89. Kordero at Feta Galette

MGA INGREDIENTS:
- 1 pre-made na pie crust
- 1 tasang niluto at ginutay-gutay na tupa
- 1/2 tasa crumbled feta cheese
- 1/4 tasa tinadtad na sariwang mint
- 1/4 tasa tinadtad na Kalamata olives
- 1 kutsarang langis ng oliba
- Asin at paminta para lumasa

MGA TAGUBILIN:
a) Painitin muna ang oven sa 375°F (190°C).
b) Igulong ang pie crust sa isang baking sheet na nilagyan ng parchment paper.
c) Sa isang mangkok, paghaluin ang ginutay-gutay na tupa, crumbled feta cheese, tinadtad na sariwang mint, tinadtad na Kalamata olives, olive oil, asin, at paminta.
d) Sandok ang pinaghalong tupa sa gitna ng pie crust, na nag-iiwan ng hangganan sa paligid ng mga gilid.
e) I-fold ang mga gilid ng pie crust sa ibabaw ng pagpuno, pleating kung kinakailangan.
f) Maghurno sa preheated oven sa loob ng 25-30 minuto, o hanggang sa maging golden brown ang crust.
g) Hayaang lumamig ng ilang minuto bago hiwain at ihain.

90.Hinila na Baboy at Coleslaw Galette

MGA INGREDIENTS:
- 1 pre-made na pie crust
- 1 tasang hinila na baboy
- 1 tasang coleslaw mix
- 1/4 tasa ng barbecue sauce
- 1/4 tasa ginutay-gutay na cheddar cheese
- Asin at paminta para lumasa

MGA TAGUBILIN:
a) Painitin muna ang oven sa 375°F (190°C).
b) Igulong ang pie crust sa isang baking sheet na nilagyan ng parchment paper.
c) Sa isang mangkok, paghaluin ang hinila na baboy at sarsa ng barbecue hanggang sa mabalot ng mabuti.
d) Ikalat ang hinila na baboy nang pantay-pantay sa gitna ng pie crust , na nag-iiwan ng hangganan sa paligid ng mga gilid.
e) Itaas ang hinila na baboy na may coleslaw mix at ginutay-gutay na cheddar cheese.
f) Timplahan ng asin at paminta.
g) I-fold ang mga gilid ng pie crust sa ibabaw ng pagpuno, pleating kung kinakailangan.
h) Maghurno sa preheated oven sa loob ng 25-30 minuto, o hanggang sa maging golden brown ang crust.
i) Hayaang lumamig nang bahagya bago ihain.

91. Bacon, Egg, at Cheese Galette

MGA INGREDIENTS:
- 1 pre-made na pie crust
- 6 na hiwa ng bacon, niluto at gumuho
- 4 na itlog
- 1/2 tasa ginutay-gutay na cheddar cheese
- Asin at paminta para lumasa

MGA TAGUBILIN:
a) Painitin muna ang oven sa 375°F (190°C).
b) Igulong ang pie crust sa isang baking sheet na nilagyan ng parchment paper.
c) Iwiwisik nang pantay-pantay ang niluto at durog na bacon sa gitna ng pie crust , na nag-iiwan ng hangganan sa paligid ng mga gilid.
d) Hatiin ang mga itlog sa bacon, pantay-pantay ang pagitan ng mga ito.
e) Budburan ang ginutay-gutay na cheddar cheese sa bacon at mga itlog.
f) Timplahan ng asin at paminta.
g) I-fold ang mga gilid ng pie crust sa ibabaw ng pagpuno, pleating kung kinakailangan.
h) Maghurno sa preheated oven para sa 20-25 minuto, o hanggang ang crust ay ginintuang kayumanggi at ang mga itlog ay naitakda.
i) Hayaang lumamig nang bahagya bago ihain.

92.Patatas, Sausage at Rosemary Galette

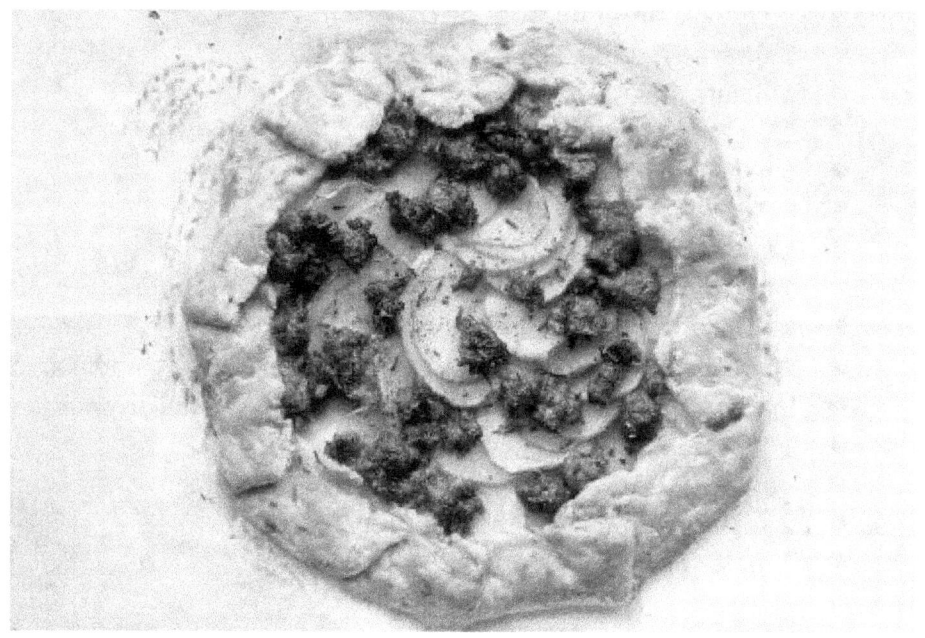

MGA INGREDIENTS:
PASTRY:
- 1 1/2 tasa ng all-purpose na harina
- 1/4 tasa ng gadgad na Parmesan cheese
- 1/4 kutsarita ng asin
- 1/2 tasa 1 stick malamig na unsalted butter, diced
- 5 hanggang 6 na kutsarang napakalamig na tubig

GALETTE:
- 1 kutsarang langis ng oliba
- 1 tasang ginutay-gutay na Mozzarella cheese
- 1/2 tasa ginutay-gutay na Fontina cheese
- 2 malalaking Yukon gintong patatas na hiniwa nang napakanipis
- Inalis ang 2 mainit o banayad na mga casing ng Italian sausage
- 1/2 kutsarita ng asin
- 1/4 kutsarita sariwang basag na itim na paminta
- 2 kutsarita tinadtad na sariwang rosemary
- 1 malaking itlog na hinaluan ng tubig

MGA TAGUBILIN:
a) Upang gawin ang pastry, sa isang malaking mangkok, pagsamahin ang harina, parmesan cheese at asin hanggang sa mahusay na pinagsama. Idagdag ang mantikilya at gupitin ito gamit ang isang pastry blender o ang iyong mga daliri hanggang sa ito ay maging katulad ng mga magaspang na mumo na kasing laki ng mga gisantes. Ibuhos ang 5 kutsara ng tubig, malumanay na pagpapakilos gamit ang isang goma na spatula hanggang ang lahat ay pantay na basa ; idagdag ang huling kutsara ng tubig kung kinakailangan upang makagawa ng cohesive dough. Hugis ang kuwarta sa isang disk, balutin sa plastic wrap, at palamigin nang hindi bababa sa 1 oras.

b) Painitin ang hurno sa 425°F. Lagyan ng parchment paper ang isang baking sheet at itabi.

c) Upang i-assemble ang galette , sa ibabaw ng trabahong may bahagyang floured, igulong ang kuwarta sa isang 12" na bilog na humigit-kumulang 1/4-inch ang kapal. Maingat na ilipat ang kuwarta sa isang baking sheet na may linyang parchment. I-brush ito ng olive oil at pagkatapos ay budburan ang gitna kasama ang mga ginutay-gutay na keso, na nag-iiwan ng 2-pulgadang lapad na hubad na strip sa gilid.

d) I-fan out ang mga hiwa ng patatas sa ibabaw ng keso, ipapatong ang mga ito sa isang punso. Hatiin ang sausage at ilagay sa ibabaw ng patatas. Timplahan ng asin, paminta at rosemary.

e) Tiklupin ang mga gilid ng kuwarta patungo sa gitna. I-brush ang mga gilid ng crust na may egg wash, at maghurno hanggang golden brown at bubbly, mga 25 hanggang 30 minuto.

f) Alisin sa oven at hayaang magpahinga ng humigit-kumulang 10 minuto bago hiwain at ihain. Enjoy!

93.Inihaw na Tomato Galette Dalawang Paraan

MGA INGREDIENTS:
DOUGH:
- 70 g wholemeal flour malamig
- 70 g plain flour malamig; Ginagamit ko ang plain spelling
- 50 g oat flour malamig; Ginagawa ko ang akin sa aking blender
- 1 tbsp fennel seeds opsyonal
- 1 tbsp cornmeal malamig; o pinong polenta
- 1/2 tsp asin
- 100 g mantikilya cubed at malamig; mas gusto ang organic
- 1 tsp apple cider vinegar o white wine vinegar
- 3 kutsarang malamig na tubig
- 1 maliit na itlog na pinalo (para magpakinang mamaya sa proseso)

ANG MGA KAmatis
- 800 g pinakamahusay na mga kamatis na hindi masyadong maliit
- 2 cloves bawang hiniwa
- 1 sanga ng rosemary
- 1 sanga ng thyme
- 3 tbsp extra virgin olive oil hinati gamit
- 1 mahabang shallot na hiniwa; opsyonal
- Preserved Lemon Tapenade
- 3 kutsarang black olive tapenade
- 1/2 na napreserbang lemon na pinong tinadtad

SWEET HARISSA PASTE
- 2 tbsp harissa paste mas mabuti rose harissa
- 1 tbsp pinakamahusay na tomato ketchup
- 1/2 tbsp date syrup o pulot

RICOTTA DIP
- 125 g ricotta
- 3 kutsarang black olive tapenade
- 1 kutsarang sariwang lemon juice
- zest ng kalahating lemon
- sariwang thyme dahon at minced rosemary dahon opsyonal, upang ihain

MGA TAGUBILIN:
PAGGAWA NG DOUGH
a) I-toast ang mga buto ng haras, kung gagamitin, sa isang maliit na kawali hanggang sa mabango. Palamig saglit pagkatapos ay haluin gamit ang pestle at mortar o gilingan ng pampalasa hanggang sa maging magaspang na pulbos. Ito ay amoy kamangha-manghang!

b) Tulad ng makikita mo sa itaas, ang mga sangkap ng kuwarta ay dapat na malamig. Ilagay lamang ang mga ito sa refrigerator sa loob ng 15 minuto at iyon ay dapat gawin. Ngayon ilagay ang mga harina, mantikilya, asin at mga buto ng haras sa mangkok ng food processor at pulso hanggang sa mahati ito sa maliliit na "mga bato". Hindi ito dapat over-processed sa makinis na paste.

c) Pagsamahin ang tubig ng yelo at suka sa isang maliit na tasa, at dahan-dahang idagdag sa tubo ng iyong food processor habang naka-on ang processor. Panatilihing naka-on ang makina hanggang sa matuyo ang kuwarta sa isang gilid. Maaaring nasa mangkok ang ilang stray bits, ngunit dapat itong isang pinagsama-samang masa sa pangkalahatan.

d) Hilahin ang kuwarta mula sa processor at hubugin ang isang mataba, flattish disk o magaspang na parihaba sa isang piraso ng parchment paper o cling film wrap.

e) Hilahin pataas at isukbit ang mga gilid upang ganap na mailakip; ilagay sa freezer ng 15 minuto. O ang refrigerator sa loob ng 30 minuto.

PAG-ILIG NG MGA KAmatis
f) Painitin ang oven sa 160C fan/180C/350F. Siguraduhing may dalawang rack para hawakan ang dalawang tray ng mga kamatis.

g) Hiwain ang mga kamatis na humigit-kumulang 1/2 pulgada ang kapal at ilagay sa dalawang layer ng paper towel, o sa double layer ng tea towel. Takpan ng higit pang tuwalya at pindutin nang bahagya. Aalisin nito ang ilan sa likido at pabilisin ang pag-ihaw. Maaari mong laktawan ang kaunting ito at iwanan ang mga kamatis na inihaw sa halip na isang oras. Hindi ko napansin ang pagkakaiba ng lasa sa pag-blotting ng mga kamatis ng ilan sa kanilang malasang likido.

h) Ihanay ang ilang baking tray na may bahagyang gusot na foil (hindi rin gumagana ang baking paper ngunit mas environment friendly) at makinis na may kaunting mantika. Ilagay ang mga kamatis at lagyan ng langis.
i) Ilagay sa oven at iprito ng 45 minuto. Habang ang mga kamatis ay iniihaw, paghaluin ang natitirang langis, nang hiwalay, sa bawang at shallots. Pagkatapos ng 15 minuto , idagdag ang langis na bawang at ang mga sanga ng damo sa isa sa mga tray.
j) Habang ang mga kamatis ay iniihaw at ang masa ay nagpapahinga, gawin ang iyong masarap na pagkalat na pinili. Paghaluin ang iyong mga napiling sangkap at itabi. Kung ikaw ay nagkakaroon ng ricotta dip, gawin ito ngayon sa pamamagitan ng paghahalo ng lahat at ilalagay sa refrigerator.
k) Pinagsasama-sama ito
l) Alisin ang kuwarta mula sa refrigerator at i-unwrap. I-roll out nang pantay-pantay sa isang malinis at naalikabok na harina (gumagamit ako ng mas maraming cornmeal) na ibabaw ng trabaho sa gusto mong hugis, ngunit humigit-kumulang 12-pulgada ang lapad/ 1/4 pulgada ang kapal. Maaaring pumutok ito kaya i-tap na lang ito ng iba pang mga piraso na lalabas.
m) Dahan-dahang igulong ang kalahati ng kuwarta sa iyong rolling pin (maaaring kailanganin nito ang tulong mula sa isang cake lifter thingy) at i-drape ang kuwarta nang buo sa isang tray na may linyang baking paper.
n) Ikalat ang masasarap na pagkalat na iyong pinili sa kabuuan ng kuwarta, na may kaunti lamang na malapit sa mga gilid. Idagdag sa karamihan ng mga piraso ng inihaw na bawang (huwag mag-alala tungkol sa mga halamang gamot, nilagyan nila ng lasa ang bawang at opsyonal na ngayon), lahat ng mga piraso ng shallot at ilagay sa mga inihaw na kamatis, na nag-iiwan ng puwang malapit sa mga gilid.
o) Itaas ang anumang random na piraso ng inihaw na bawang. Tiklupin ang mga gilid ng hubad na kuwarta sa ibabaw ng panlabas na bahagi ng mga kamatis (tingnan ang mga larawan). Brush na may pinalo na itlog at ibalik sa refrigerator sa loob ng 15 minuto. Dapat itong magmukhang rustic, hindi perpekto!

p) Pataasin ang temperatura ng oven sa 200C fan/220C/425 F.
q) Kapag pinalamig, ihurno ang galette sa oven sa loob ng 15 minuto, pagkatapos ay ibaba ang apoy sa 160C fan/180C/ 350F at maghurno ng karagdagang 20 minuto, bahagyang tinatakpan ng foil kung kinakailangan upang hindi ito masyadong mabilis mag-brown.
r) Hilahin mula sa oven at palamig nang bahagya o sa temperatura ng silid bago hiwain sa 6 na hiwa at ihain kasama ng mga salad at Ricotta Dip.
s) Palamutihan ng dagdag na damo.

VEGGIE GALETTES

94. Ratatouille Galette

MGA INGREDIENTS:
- 1 pre-made na pie crust
- 1 maliit na talong, hiniwa ng manipis
- 1 zucchini, hiniwa ng manipis
- 1 dilaw na kalabasa, hiniwa ng manipis
- 1 kampanilya paminta, hiniwa ng manipis
- 1 sibuyas, hiniwa ng manipis
- 2 cloves ng bawang, tinadtad
- 2 kutsarang langis ng oliba
- 1/2 tasa ng sarsa ng marinara
- 1/2 tasa ng ginutay-gutay na mozzarella cheese
- Asin at paminta para lumasa
- Mga sariwang dahon ng basil para sa dekorasyon

MGA TAGUBILIN:
a) Painitin muna ang oven sa 375°F (190°C).
b) Sa isang malaking kawali, painitin ang langis ng oliba sa katamtamang init. Magdagdag ng tinadtad na bawang at hiniwang gulay (talong, zucchini, yellow squash, bell pepper, at sibuyas). Lutuin hanggang lumambot, mga 8-10 minuto. Timplahan ng asin at paminta.
c) Igulong ang pie crust sa isang baking sheet na nilagyan ng parchment paper.
d) Ikalat ang marinara sauce nang pantay-pantay sa gitna ng pie crust, na nag-iiwan ng hangganan sa paligid ng mga gilid.
e) Ayusin ang nilutong gulay sa ibabaw ng sarsa ng marinara.
f) Budburan ang ginutay-gutay na mozzarella cheese sa mga gulay.
g) I-fold ang mga gilid ng pie crust sa ibabaw ng pagpuno, pleating kung kinakailangan.
h) Maghurno sa preheated oven para sa 25-30 minuto, o hanggang ang crust ay ginintuang kayumanggi at ang keso ay natunaw at bubbly.
i) Palamutihan ng sariwang dahon ng basil bago ihain.

95. Curry Gulay Galette

MGA INGREDIENTS:
- 1 pre-made na pie crust
- 2 tasang pinaghalong gulay (tulad ng cauliflower, carrots, peas, at patatas), diced
- 1 sibuyas, pinong tinadtad
- 2 cloves ng bawang, tinadtad
- 2 kutsarang curry powder
- 1/2 tasa ng gata ng niyog
- 2 kutsarang langis ng gulay
- Asin at paminta para lumasa

MGA TAGUBILIN:
a) Painitin muna ang oven sa 375°F (190°C).
b) Sa isang kawali, painitin ang langis ng gulay sa katamtamang init. Magdagdag ng tinadtad na sibuyas at tinadtad na bawang. Lutuin hanggang lumambot, mga 2-3 minuto.
c) Magdagdag ng mga tinadtad na gulay sa kawali at lutuin hanggang bahagyang lumambot, mga 5-7 minuto.
d) Haluin ang curry powder at gata ng niyog. Timplahan ng asin at paminta. Magluto ng isa pang 2-3 minuto, hanggang sa bahagyang lumapot ang timpla.
e) Igulong ang pie crust sa isang baking sheet na nilagyan ng parchment paper.
f) Sandok ang pinaghalong gulay ng kari sa gitna ng pie crust, na nag-iiwan ng hangganan sa paligid ng mga gilid.
g) I-fold ang mga gilid ng pie crust sa ibabaw ng pagpuno, pleating kung kinakailangan.
h) Maghurno sa preheated oven sa loob ng 25-30 minuto, o hanggang sa maging golden brown ang crust.
i) Hayaang lumamig nang bahagya bago ihain.

96. Caprese Galette

MGA INGREDIENTS:
- 1 pre-made na pie crust
- 2 malalaking kamatis, hiniwa ng manipis
- 8 ounces sariwang mozzarella cheese, hiniwa
- 1/4 tasa sariwang dahon ng basil
- 2 kutsarang balsamic glaze
- 2 kutsarang langis ng oliba
- Asin at paminta para lumasa

MGA TAGUBILIN:
a) Painitin muna ang oven sa 375°F (190°C).
b) Igulong ang pie crust sa isang baking sheet na nilagyan ng parchment paper.
c) Ayusin ang mga hiwa ng kamatis at sariwang hiwa ng mozzarella sa magkasanib na pattern sa gitna ng pie crust , na nag-iiwan ng hangganan sa paligid ng mga gilid.
d) Pilitin ang mga sariwang dahon ng basil at ikalat ang mga ito sa mga kamatis at mozzarella.
e) Ibuhos ang balsamic glaze at langis ng oliba sa mga kamatis at mozzarella. Timplahan ng asin at paminta.
f) I-fold ang mga gilid ng pie crust sa ibabaw ng pagpuno, pleating kung kinakailangan.
g) Maghurno sa preheated oven sa loob ng 20-25 minuto, o hanggang sa maging golden brown ang crust at matunaw ang keso.
h) Hayaang lumamig nang bahagya bago ihain.

97. Mushroom at Gruyere Galette

MGA INGREDIENTS:
- 1 pre-made na pie crust
- 2 tasang hiniwang mushroom (tulad ng cremini o button mushroom)
- 1 kutsarang mantikilya
- 1 sibuyas, hiniwa ng manipis
- 2 cloves ng bawang, tinadtad
- 1 tasang ginutay-gutay na Gruyere cheese
- 1 kutsarang sariwang dahon ng thyme
- Asin at paminta para lumasa

MGA TAGUBILIN:
a) Painitin muna ang oven sa 375°F (190°C).
b) Sa isang kawali, matunaw ang mantikilya sa katamtamang init. Magdagdag ng hiniwang mushroom, hiniwang sibuyas, at tinadtad na bawang. Lutuin hanggang ang mga kabute ay malambot at ang mga sibuyas ay caramelized, mga 10-12 minuto. Timplahan ng asin at paminta.
c) Igulong ang pie crust sa isang baking sheet na nilagyan ng parchment paper.
d) Ikalat ang pinaghalong kabute at sibuyas nang pantay-pantay sa gitna ng pie crust , na nag-iiwan ng hangganan sa paligid ng mga gilid.
e) Budburan ang ginutay-gutay na Gruyere cheese sa pinaghalong mushroom.
f) Budburan ang sariwang dahon ng thyme sa ibabaw ng keso.
g) I-fold ang mga gilid ng pie crust sa ibabaw ng pagpuno, pleating kung kinakailangan.
h) Maghurno sa preheated oven para sa 25-30 minuto, o hanggang sa ang crust ay ginintuang kayumanggi at ang keso ay natunaw at bubbly.
i) Hayaang lumamig nang bahagya bago ihain.

98.Spinach at Feta Galette

MGA INGREDIENTS:
- 1 pre-made na pie crust
- 4 na tasang sariwang dahon ng spinach
- 1 kutsarang langis ng oliba
- 2 cloves ng bawang, tinadtad
- 1/2 tasa crumbled feta cheese
- 1/4 tasa ng gadgad na Parmesan cheese
- Asin at paminta para lumasa

MGA TAGUBILIN:
a) Painitin muna ang oven sa 375°F (190°C).
b) Sa isang kawali, init ng langis ng oliba sa katamtamang init. Magdagdag ng tinadtad na bawang at lutuin hanggang mabango, mga 1 minuto.
c) Magdagdag ng sariwang dahon ng spinach sa kawali at lutuin hanggang malanta, mga 2-3 minuto. Timplahan ng asin at paminta.
d) Igulong ang pie crust sa isang baking sheet na nilagyan ng parchment paper.
e) Ikalat ang nilutong spinach nang pantay-pantay sa gitna ng pie crust, na nag-iiwan ng hangganan sa paligid ng mga gilid.
f) Budburan ang crumbled feta cheese at grated Parmesan cheese sa ibabaw ng spinach.
g) I-fold ang mga gilid ng pie crust sa ibabaw ng pagpuno, pleating kung kinakailangan.
h) Maghurno sa preheated oven para sa 25-30 minuto, o hanggang ang crust ay ginintuang kayumanggi at ang keso ay natunaw at bubbly.
i) Hayaang lumamig nang bahagya bago ihain.

99.Inihaw na Gulay Galette

MGA INGREDIENTS:
- 1 pre-made na pie crust
- 2 tasang pinaghalong inihaw na gulay (tulad ng bell peppers, zucchini, eggplant, at cherry tomatoes)
- 2 kutsarang langis ng oliba
- 1 kutsarang balsamic vinegar
- 2 cloves ng bawang, tinadtad
- Asin at paminta para lumasa
- 1/4 tasa crumbled goat cheese
- 2 kutsarang tinadtad na sariwang basil

MGA TAGUBILIN:
a) Painitin muna ang oven sa 375°F (190°C).
b) Sa isang mangkok, ihagis ang pinaghalong inihaw na gulay na may langis ng oliba, balsamic vinegar, tinadtad na bawang, asin, at paminta.
c) Igulong ang pie crust sa isang baking sheet na nilagyan ng parchment paper.
d) Ayusin ang mga inihaw na gulay nang pantay-pantay sa gitna ng pie crust , na nag-iiwan ng hangganan sa paligid ng mga gilid.
e) Budburan ang durog na keso ng kambing sa ibabaw ng inihaw na gulay.
f) Budburan ang tinadtad na sariwang basil sa ibabaw ng keso.
g) I-fold ang mga gilid ng pie crust sa ibabaw ng pagpuno, pleating kung kinakailangan.
h) Maghurno sa preheated oven sa loob ng 25-30 minuto, o hanggang sa maging golden brown ang crust.
i) Hayaang lumamig nang bahagya bago ihain.

100. Zucchini at Tomato Galette

MGA INGREDIENTS:
- 5 oz na all-purpose na harina
- 1 zucchini
- 1 katamtamang pulang sibuyas
- ¾ oz Parmesan
- 1 limon
- 2 plum na kamatis
- 1 oz cream cheese
- 4 oz basil pesto
- 3 oz arugula
- asukal
- kosher salt at ground pepper
- 6 na kutsarang mantikilya
- langis ng oliba
- 1 malaking itlog

MGA TAGUBILIN:

a) Sa isang medium na mangkok, pagsamahin ang harina, 1 kutsarita ng asukal, at ½ kutsarita ng asin. Gupitin ang 6 na kutsarang malamig na mantikilya sa ½-pulgadang piraso; idagdag sa harina at ihalo sa amerikana. Gamitin ang iyong mga daliri upang pindutin ang mantikilya upang patagin ito at isama ito sa harina hanggang sa ito ay kasing laki ng maliliit na gisantes.

b) Budburan ang ¼ tasa ng malamig na tubig sa pinaghalong harina-mantikilya. Haluin gamit ang isang spatula hanggang sa pagsamahin lamang, pagkatapos ay masahin gamit ang iyong mga kamay hanggang sa mabuo ang masa na malabo na bola. I-tap sa isang 4-inch wide disk (mga ¾-inch ang kapal). I-wrap sa plastic at palamigin hanggang matibay, hindi bababa sa 2 oras (mas maganda magdamag). Painitin muna ang broiler na may rack sa pangatlo sa itaas. Ibuhos ang isang baking sheet na may mantika.

c) Hiwain ang zucchini at sibuyas (panatilihing buo ang onion rings) sa ¼-inch makapal na bilog. Pinong gadgad ang Parmesan at ½ kutsarita ng lemon zest. Pigain ang 2 kutsarita ng lemon juice sa isang medium bowl. Manipis na hiwain ang mga kamatis; ilipat sa isang platong may papel na tuwalya at timplahan ng asin at paminta. Itabi nang hindi bababa sa 15 minuto. Ipatuyo ang mga kamatis bago i-assemble ang galette .

d) Ilagay ang zucchini at mga sibuyas sa isang solong layer sa inihandang baking sheet; lagyan ng mantika at timplahan ng asin at paminta.

e) Iprito sa itaas na rack hanggang sa kayumanggi at malambot, 10–13 minuto (panoorin nang mabuti). Sa isang maliit na mangkok, pukawin upang pagsamahin ang cream cheese, lemon zest, at 2 kutsarang pesto. Timplahan ng asin at paminta ayon sa panlasa. Painitin muna ang oven sa 400°F na may rack sa gitna.

f) Pagulungin ang kuwarta sa isang 12-pulgadang bilog; ilagay sa parchment-lined baking sheet. Talunin ang 1 malaking itlog at 1 kutsarang tubig sa isang mangkok; itabi ang egg wash. Ikalat ang pesto cream cheese nang pantay-pantay sa ibabaw ng crust na nag-iiwan ng 1-pulgadang hangganan; itaas na may mga gulay sa magkakapatong na mga layer. Tiklupin ang gilid ng kuwarta sa ibabaw ng pagpuno, kulubot kung kinakailangan. Brush crust na may egg wash at budburan ng ilan sa Parmesan.

g) Maghurno ng galette sa center oven rack hanggang ang crust ay maging ginintuang, 30-40 minuto. Hayaang magpahinga ng 10 minuto. Upang mangkok na may lemon juice, haluin sa 2 kutsarang mantika at isang kurot ng asin at paminta. Magdagdag ng arugula at ihagis.

h) Ibuhos ang natitirang pesto sa ibabaw ng galette ; gupitin sa mga wedges at ihain kasama ng salad na may natitirang Parmesan na iwinisik sa ibabaw.

i) Enjoy!

KONGKLUSYON

Habang isinasara namin ang mga pahina ng "ANG MALUNGKOT NA GALETTES AKLAT NG LUTUIN," umaasa kaming nabigyan ka ng inspirasyon na tuklasin ang walang katapusang mga posibilidad ng minamahal na pastry na ito. Mula sa matamis hanggang sa masarap, simple hanggang sa sopistikado, ang mga galette ay nag-aalok ng mundo ng culinary creativity na naghihintay na matuklasan. Habang nagpapatuloy ka sa iyong paglalakbay sa pagluluto, tandaan na ang pagluluto ay isang pagpapahayag ng pagmamahal, pagkamalikhain, at kagalakan. Nagluluto ka man para sa iyong sarili, sa iyong mga mahal sa buhay, o sa isang espesyal na okasyon, nawa'y ang bawat galette na iyong nilikha ay magdala ng init sa iyong kusina at kaligayahan sa iyong mesa.

Habang ninanamnam mo ang mga huling mumo ng iyong pinakabagong likhang galette, alamin na ang mga alaala na ginawa sa kusina ay magtatagal nang matagal pagkatapos maalis ang mga plato. Ibahagi ang iyong pag-ibig sa pagluluto sa hurno, magtipon sa paligid ng mesa kasama ang mga minamahal mo, at lumikha ng mga sandali na nagpapalusog sa katawan at kaluluwa. At kapag handa ka nang magsimula sa iyong susunod na pakikipagsapalaran sa pagluluto sa hurno, alamin na narito ang "ANG MALUNGKOT NA GALETTES AKLAT NG LUTUIN", handang gabayan ka sa mga masasarap na recipe at walang hanggang alindog nito.

Salamat sa pagsama sa amin sa paglalakbay na ito sa mundo ng mga galette. Nawa'y ang iyong kusina ay mapuno ng pagtawa, ang iyong hurno ng init, at ang iyong mesa ng mga kasiyahan ng lutong bahay na kabutihan. Hanggang sa muli nating pagkikita, happy baking and bon appétit!

www.ingramcontent.com/pod-product-compliance
Lightning Source LLC
Chambersburg PA
CBHW070649120526
44590CB00013BA/889